தொடரும்...

முதற்பதிப்பு: 2023

First Edition: 2023

Thodarum...

தொடரும்...

Pattukottai Prabakar

பட்டுக்கோட்டை பிரபாகர்

ISBN: 978-93-95166-06-5

Pustaka

EBooks | Audiobooks | Paperback

Pustaka Digital Media Pvt. Ltd.
#7-002, Mantri Residency,
Bannerghatta Main Road, Bengaluru - 560 076
Karnataka, India
+91 7418555884

தொடரும்...

பட்டுக்கோட்டை பிரபாகர்

Pustaka
EBooks | Audiobooks | Paperback

அன்புள்ள உங்களுக்கு...

அன்புள்ள உங்களுக்கு,

அன்புள்ள நான் எழுதியது.

வணக்கம்.

முகமறியாத உங்களுடன் என் சந்திப்பு என்றும்... தொடரும்.

நன்றிப் பூக்கள் - அவர்களுக்கு.

உங்களுக்கும்.

அப்புறம்...

என்ன படம் பார்த்தீர்கள்

என்ன புத்தகம் படித்தீர்கள்

வீட்டில் எல்லோரையும் விசாரித்ததாகச் சொல்கிறீர்களா?

பிரியங்களுடன்,
பட்டுக்கோட்டை பிரபாகர்

1 அத்தியாயம்...

பூமியைப் புகைப்படம் எடுத்துவிட்டு மறைந்து கொண்டது மின்னல். நுரைக் கொண்டையிட்ட அலைகள் கரையை நோக்கி தன் படையை நகர்த்திக் கொண்டிருந்தன. வெள்ளை வண்ணத்தில் ஓர் ஓடத்தின் படம் போட ஓர் ஓவியன் தொடங்கிய ஆரம்பக் கோடாம் வானத்தின் ஓரத்தில் நிலா. தெய்வம் மாதிரி உருவம் இல்லாமல் உணர்வால் மட்டும் தன்னை உணர வைக்கிற தென்றல் கண்ணா மூச்சி விளையாடிக் கொண்டு இருந்தது.

கரையோரத்தில் ஈர மணல் பகுதி தாண்டி காய்ந்த மணலில் கடலை நோக்கிக் கால்களை நீட்டிக்கொண்டு தூரத்துத் தோணிகளைப் பார்த்துக் கொண்டிருந்தான் அசோக்.

தலைமுடிகள் காற்றில் புரண்டு புரண்டு அடங்கிக் கொண்டிருந்தன. மூக்கின் நுனியில் குளுமையூட்டப்பட்ட கண்ணாடி. பெண்ணின் உதடுகள் தவறுதலாய் இவனிடம் நல்லவேளை, மேலே மீசை.

கடலைவிட்டு பார்வையை அகற்றி அருகில் திரும்பினான்.

"ம்? அப்புறம்?" என்றான்.

"நான் என்ன கதையா சொல்றேன்?" என்றாள் வித்யா.

முழங்கால்களைக் கட்டிக்கொண்டு அமர்ந்திருந்தாள். முகத்தில் இரண்டு அசைவப் பதார்த்தங்கள். அவை அழகாய் அசைந்து கொண்டிருந்தன. அவற்றுக்குப் பாதுகாப்பாய் கருமை இமைகள்

உடனுக்குடன் துடித்து நிமிர்ந்தன. அந்த இதழ்களைப் பற்றி இரண்டு குயர் முழுக்க கவிதை எழுதலாம் போலிருந்தது. அவை பிரிந்தபோது கலங்கரை விளக்கின் வெளிச்சம் அவள் பற்களில் பிரதிபலித்து அவனைத் தாக்கியது. நீளமான கழுத்து, அடுத்து... முழங்கால்களைக் கட்டிக் கொண்டிருந்ததால் தெரியவில்லை. பிறகு ஒரு சந்தர்ப்பத்தில் பார்க்கலாம். சொல்லலாம்.

“ஆக நீயும் இந்த பயணத்திலே கலந்துக்கிறதுன்னு முடிவு பண்ணிட்டே!” என்று கேட்டான், அசோக்.

“இல்லை. அசோக் நான் வரலைன்னுதான் சொன்னேன். என் பிரண்ட்ஸ் எல்லாரும் என்னை ரொம்ப வற்புறுத்தி பணிய வச்சுட்டாங்க.”

“சரி, எத்தனை நாள் பயணம் இது?”

“அஞ்சு நாள்தான்.”

“என்ன வித்யா இவ்வளவு சுலபமா சொல்லிட்டே அஞ்சு நாள் நூத்தி இருபது மணி நேரம் உன்னைப் பார்க்காமல் எப்படி இருக்கறது?”

“இந்த வசனம் எல்லாம் என்கிட்டே விடாதிங்க. போன மாசம் பம்பாய்க்கு ஐயா ஜாலியா போய்ட்டு பத்து நாள் கழிச்சி வரலையாக்கும்? அப்போ என்னை பிரியலையாக்கும்? எனக்கு எப்படி இருந்திருக்கும்?”

“அதுக்காகப் பழி வாங்கறியா, இப்படி? நான் ஒண்ணும் ஜாலியா போகலை. கம்பெனியோட ரெப்ரசன்டேடிவ் நான். தலைமை அலுவலகத்திலே ஒரு மீட்டிங். அதுக்கு கூப்பிட்டால் போகாமல் நான் எப்படித் தவிர்க்க முடியும். மறுத்தால் என் வேலை போய்டும். வேலை போய்ட்டா நீ என்னை காதலிப்பியா?”

“என்ன அசோக் இப்படி சொல்றீங்க நான் உங்களை விரும்பறது உங்கள் வேலைக்காகவா? நீங்கள் எந்த நிலையிலே இருந்தாலும் என் மனம் உங்களை நேசிக்கும்.”

"கோவிச்சுக்காதே. சும்மா ஒரு பேச்சுக்கு சொன்னேன். ஆமா, இந்த ரப்பர் வளையல் புதுசா?" என்று அவள் கையை எடுத்து வைத்துக்கொண்டு வளையலைத் தொட்டான்.

"அப்புறம் இந்த ஜாக்கெட்டு கேப்பிங்களே..."

"ஆமாம்" என்று அவள் தோள் பகுதியில் ஜாக்கெட்டைத் தொட்டான். "ஏன் வித்யா, இப்போ நான் எது புதுசான்னு கேட்பேன், சொல்லு"

"ச்சீ!" என்று அவள் கையைத் தள்ளிவிட்டாள்.

"மணி என்னாச்சு" என்று கைக்கடிகாரத்தைப் பார்த்தான், அசோக். இருட்டு போர்த்தியிருந்ததால் தெரியவில்லை. அதன்மேல் கையை வளையம் மாதிரி வைத்து பச்சை ரேடியம் முள்களைப் பார்த்தான். பின் பதறினான்.

"வித்யா, எழுந்திரி, மணி ஏழாச்சி. டாக்டர்கிட்டே ஏழரை மணிக்கு நமக்கு நேரம் முடிவு செஞ்சிருக்கோம். அதுக்கப்புறம் உன்னை உங்கள் ஆஸ்டல்ல விட்டுட்டு அப்புறம் நான் என் அறைக்குப் போகணும்."

"ஆமாம், அசோக். இப்போ ஆஸ்டல்ல புது காப்பாளர், கொஞ்சம் கடுமையா இருக்காங்க, ஒன்பது மணிக்கு மேல போனால் ராத்திரி சாப்பாடு கட்!" என்று வித்யா எழுந்து, உடையில் ஒட்டியிருந்த மணலைத் தட்டினாள்.

அசோக் எழாமல் தன் கைகளை நீட்டினான் தூக்கிவிடேன்.

தூக்கிவிட... ஸ்பிரிங் விடுபட்ட மாதிரி தாவி எழுந்து அதே வேகத்தில் அவளை அணைத்துக் கொண்டு, அதே வேகத்தில் அவள் கழுத்தில் முத்தமிட்டான்.

"என்ன அசோக் இது? யாராச்சும் பார்ப்பாங்க" என்று சிணுங்கினாள்.

"யாராச்சும் பார்த்துடுவாங்கங்கிற பயம் மட்டும்தானே இருக்கு? மனசிலே விருப்பம் இல்லாம இல்லையே...?"

“ச்சீ! போங்க அசோக்”

கைகளைக் கோர்த்துக் கொண்டு தூரத்தில் சாலையின் ஓரமாய் நிறுத்தி வைத்திருந்த பைக்கை நோக்கி இருவரும் மணலில் நடந்தார்கள்.

இருட்டு தந்த தைரியத்தில் அவன் தோளின் மேல் சாய்ந்து நடந்தவாறு வித்யா கேட்டாள், “ஏன் அசோக் நாம நாளைக்குக் கல்யாணம் பண்ணிக்கலாமா”

“ஏன், இன்னிக்கே பண்ணிக்கலாமே... ஏன் தள்ளிப் போடணும்?”

“சீரியஸா கேக்கறேன், அசோக். ஏன் தள்ளிப் போடணும்”

“என்ன வித்யா பேசறே? சீரியஸாவே சொல்லட்டுமா? நீ சொன்ன மாதிரி மெய்யாவே நாளைக்கே ஒரு கோயில்ல வச்சி உனக்கு தாலி கட்ட நான் தயார். ஊர்ல இருக்கிற எங்கள் அம்மா “யாரையாச்சும் பண்ணிக்கோ! ஆனால் சீக்கிரம் பண்ணிக்கோ”ன்னு தான் ஒவ்வொரு தபால்லயும் எழுதறாங்க. என் பக்கத்திலே எந்தவித பிரச்சினையும் இல்லை நான் பார்க்கிறதெல்லாம் உன் படிப்பு பத்திதான். இது கடைசி ஆண்டு. இன்னும் மூணுமாசத்திலே உன் படிப்பு முடியுது. அதுக்கப்புறம் எப்ப வேணும்னாலும் உங்கள் ஊருக்கு வந்து... என்ன ஊர் அது? எலமனூர்! அங்கே வந்து உங்க அண்ணன்கிட்டே பொண்ணு கேக்கறேன். சம்மதிச்சா சரி, இல்லைன்னா கடத்திக்கிட்டே வந்துடறேன் உன்னை, என்ன? வெறும் வித்யாவைவிட, வித்யா பி. எஸ். சி. அப்படின்னா அதிலே தனி சிறப்புதானே? ஓகே?”

“ஓகே. நான் ஓகே சொன்னது உங்கள் பதிலுக்குத்தான். கை என்ன எங்கெங்கேயோ நகருது. ம்... ம்... நகருங்க முதல்ல” என்று விலகினாள்.

சாலை வர, தன் பைக்கைக் கிளப்பினான், அசோக் பின்னால் அமர்ந்து கொண்டு அவன் இடுப்பைப் பிடித்துக் கொண்டாள்.

“இந்த மாதிரி நான் உங்கள் கூட பைக்கிலே போறது எங்கண்ணனுக்குத் தெரிஞ்சா?”

"தெரிஞ்சா?"

"நினைச்சுப் பார்க்கவே பயமா இருக்கு"

"அப்புறம் ஏன் அநாவசியமா நினைச்சுப் பார்க்கறே? இன்னும் கொஞ்சம் இறுக்கமா பிடிச்சுக்கோ, வித்யா. கீழே விழுந்துடுவே."

"நான் ஒண்ணும் விழ மாட்டேன். நீங்கள் பாதையைப் பாத்து ஓட்டுங்க"

இருபது நிமிடம் கழித்து பைக்கை நிறுத்தினான். இருவரும் இறங்கி அந்த கட்டிடத்தை அணுகினார்கள்.

மதில் சுவரில் பெயர்ப் பலகை இருந்தது. பெயர் பலகைக்கு மேல் ஒரு பல்பு எரிந்து கொண்டிருந்தது.

"டாக்டர் பெலிக்ஸ். மனநோய் மருத்துவர்"

"என்ன அசோக், இந்த டாக்டர்கிட்டேயா கூட்டிட்டு வர்றேன்னு சொன்னீங்க?" என்றாள், வித்யா குழப்பத்துடன்.

"ஆமாம், வித்யா. நீ விவரிக்கிற தலைவலி சாதாரண டாக்டர்கிட்டே பார்க்கிற வகையில்லை. அதனாலதான் இவர்கிட்டே நேரம் வாங்கினேன். வா, போலாம்"

"அசோக், எனக்கு..."

"ச்சீ! அசடு! எதுக்கு பயப்படறே? மனநோய் எல்லாம் ஏதுவும் இல்லை உனக்கு. சும்மா வா. என்கிட்டே சொன்னதெல்லாத்தையும் அப்படியே இவர்கிட்டே சொல்லு. ஒரே ட்ரீட்மெண்ட்ல சரியாப் போய்விடும்."

உள்ளே வந்தார்கள். காத்திருக்கும் அறையில் மூன்று பேர் ஏற்கனவே அமர்ந்து இருந்தார்கள். ஒரு சின்ன மேசை போட்டு ஒரு பெண் இருந்தாள். அவளை அணுகிப் பேசினான், அசோக்.

அவள் பட்டியலைப் பார்த்துவிட்டு. "கொஞ்சம் உட்காருங்கள் அடுத்தது நீங்கள் தான்" என்றாள்.

போடப்பட்டிருந்த பலகையில் அமர்ந்தார்கள். சுவரில் ஒரு குழந்தை உதட்டுக்குக் குறுக்கே ஒரு விரலை வைத்துக் கொண்டு

இவர்களைப் பார்த்தது. அடியில் "அமைதியாய் இருங்கள்" என்ற வரி இருந்தது.

ஐந்து நிமிடம் கழித்து டாக்டரின் அறையிலிருந்து இரண்டு பேர் வெளியேற... அந்தப் பெண் இவர்களை உள்ளே போகச் சொன்னாள்.

நீளமான மேசைக்கு மறுபுறத்தில் டாக்டர் பெலிக்ஸ் தலைமுழுக்க நரைத்திருக்க, டை கட்டிக் கொண்டு இளைஞன் மாதிரி தெம்பாய் நிமிர்ந்து அமர்ந்திருந்தார் இவர்களை உட்காரச் சொன்னார்.

"என்ன உங்கள் பிரச்சினை? யாருக்கு?" என்றார், ஆங்கிலத்தில்.

"சார், இவள் பேரு வித்யா. பெண்கள் கல்லூரியில் கடைசி ஆண்டு பி. எஸ். சி. விடுதியில் தங்கிப் படிக்கிறாள். கொஞ்ச நாளா ஒருவித தலைவலி இவளுக்கு வருது சாதாரண தலைவலி மாதிரி இல்லை. ஏன்னா தொடர்ச்சியா இருக்கிறதில்லை தவிர..." என்று சொல்லிக் கொண்டிருந்த அசோக்கை கையைக் காட்டி நிறுத்தினார், டாக்டர்.

"நீங்கள் சும்மா இருங்க, தயவுசெய்து. அவங்களுக்குத்தானே தலைவலி? அப்போ அவங்கதான் அதை சொல்லணும். அப்பதான் என்னால முழுமையா புரிஞ்சுக்க முடியும். வித்யா, நீ சொல்லும்மா, எப்படி வலிக்குது தலை?"

கைக்குட்டையால் கழுத்து வியர்வையை ஒற்றிக் கொண்டாள் வித்யா.

"ரெண்டு பொட்டுலையும் வலிக்கும, டாக்டர். ஆனால், தாங்கிக்கிற அளவுதான் வலிக்கும். முணு முணுன்னு இருக்கும். வலிக்கிற மாதிரியும் இருக்காது" வலிக்காத மாதிரியும் இருக்காது. ஓர் அலாதியான வலி அது.

"எந்த சமயத்திலே வலிக்குது?"

"ராத்திரி மட்டும்தான்."

"ராத்திரின்னா ஏழு மணிக்கா, எட்டு மணிக்கா, எப்போ"

"அப்போ இல்லை. தூங்கினப்புறம். திடீர்னு வலிக்கும். முழிப்பு வரும். கொஞ்ச நேரம் கையாலேயே தடவுவேன், தூங்கிடுவேன். இப்படி..."

"பகல்ல வலிச்சதே இல்லையா?"

"இல்லை"

எத்தனை நாளா இருக்கு இந்த வலி?"

"எனக்கு நினைவு தெரிஞ்ச நாளா இருக்கு. ஆனால் முன்னேயெல்லாம் எப்பவாவது ஒரு தடவை வலிக்கும் இப்போ கொஞ்சம் அடிக்கடி வலிக்குது."

"அப்படியா? இதுக்காக வேற டாக்டர் யாரையும் பார்க்கலையா?"

"இல்லை, ஏன்னா ரொம்ப சீரியஸா வலிச்சதில்லை ரெண்டாவது எப்பவாவது ஒரு தடவை இந்த வலி வர்றதாலே நான் இதை சீரியஸா எடுத்துக்கலை. இப்பவும் நானா இங்கே வரலை. இதைப்பத்தி இவர்கிட்டே சொன்னேன். இதை எல்லாம் அலட்சியப்படுத்தக் கூடாதுன்னு சொல்லி உங்கள்கிட்டே அழைச்சுக்கிட்டு வந்துட்டார்."

"மெய் தான். அலட்சியப் படுத்தக்கூடாதுதான், உனக்கு மென்சஸ் தொந்தரவு எதுவும் இருக்கா"

"இல்லை, டாக்டர்"

"சின்ன வயசிலே எதுக்காகவாவது உனக்கு ஆபரேசன் செஞ்சிருக்காங்களா?"

"இல்லை. டாக்டர்"

"உன் மனசிலே ஏதாவது கவலைகள் இருக்கா. எதுவாயிருந்தாலும் மறைக்காம சொல்லணும், என்கிட்டே? இவரை வேணும்னா வெளில போகச் சொல்லிடறேன்."

"வேணாம் டாக்டர், நான் மகிழ்ச்சியா இருக்கேன், என் மனசிலே எந்த கவலையும் இல்லை."

"எப்பவாவது மனசிலே எதிர்பாராத அதிர்ச்சி ஏற்பட்டிருக்கா?"

“இல்லை, டாக்டர்”

வித்யாவை தன் அருகில் அழைத்து உட்கார வைத்து, டாக்டர் நாடி பார்த்தார். கண்களை விலக்கிப் பார்த்தார். நாக்கை நீட்டச் சொல்லி, டார்ச் அடித்துப் பார்த்தார். இரத்த அழுத்தத்தைப் பரிசோதித்தார்.

“ஏம்மா, இந்த தலைவலி வர்றப்போ உனக்கு எப்படி தெரியுது? அது அவ்வளவு வலிக்காதுன்னு சொன்னியே...”

“தூக்கத்திலே சட்டுன்னு எப்படியோ உணர்றேன், டாக்டர். சின்ன வயதிலே, பன்னிரண்டு வயசு வரைக்கும்கூட ராத்திரி படுக்கையிலேயே நீர்ப்போகும். அப்புறம் சரியாப் போச்சு.”

“உனக்கு தூக்கத்திலே கனவுகள் வருமா?”

டாக்டரை அமைதியாகப் பார்த்துவிட்டு, பின் தயக்கமாக அசோக்கைத் திரும்பிப் பார்த்துவிட்டு, மறுபடி டாக்டரைப் பார்த்தாள், வித்யா.

“மிஸ்டர், நீங்கள் கொஞ்சம் வெளில போய் இருங்க தயவுசெய்து” என்றார். டாக்டர்.

“தாராளமா” என்று அசோக் எழுந்து வெளியே போனான்.

“சொல்லும்மா” என்றார்.

வித்யா சொன்னாள்

“ஆமாம், டாக்டர் ஒரு குழப்பமான கனவு அடிக்கடி வரும்.”

அத்தியாயம் 2

டாக்டர். பெலிக்ஸ் மூக்கில் சரிந்த தன் கண்ணாடியை ஒரு விரலால் உயர்த்திவிட்டுக் கொண்டு எதிரே அமர்ந்திருந்த வித்யாவை தீர்க்கமாகப் பார்த்தார்.

"குழப்பமான கனவு வருதுன்னா சொன்னே"

"ஆமாம் டாக்டர்."

"கொஞ்சம் உன்னால விளக்க முடியுமா அதை!"

"கசாமுசான்னு தொடர்பில்லாமல் வரும் சார்... எனக்கு அப்படியே எப்படிச் சொல்றதுன்னு தெரியலை" என்றாள் வித்யா.

"கனவிலே நீ என்ன உணர்றேங்கிறதை உனக்கு எப்படி சொல்ல வருதோ அப்படி சொல்லு. கோர்வையா சொல்லணும்னு அவசியம் இல்லை."

"ஒரு குதிரை வேகமாக ஓடிவர்ற மாதிரி இருக்கு. சிகப்பாக வலைவலையா எட்டுக்கால் பூச்சி மாதிரி என்னமோ ஒண்ணு வளர்ந்துகிட்டே போய் பெரிசாகும். ஒரு ஆணியிலே மாட்டின சவுரிமுடி காத்துல பறக்கிற மாதிரி இருக்கும். இதெல்லாம் வரிசையா இருக்காது. ஒரே கலவையா வரும். நடுவுல ஒரே ஒரு கண் இமையை திறந்து திறந்து மூடற மாதிரி இருக்கும். இன்னும் என்னென்னவோ! என்னால சொல்ல முடியலை டாக்டர்."

"இந்த குழப்பமான கனவு மறுபடி மறுபடி வருதா?"

“முன்னேயெல்லாம் எப்பவாவது ஒரு தடவை இந்த கனவு வரும். இப்போ இந்த குறிப்பிட்ட கனவு அடிக்கடி வருது.”

“இந்த கனவு வர்றப்போ தான் தலையை வலிக்குது. அப்படியா?”

“ஒவ்வொரு சமயம் அப்படி சொல்லலாம். சில சமயம் கனவு மட்டும் வரும். தலை வலிக்காது சில சமயம் தலை வலிக்கும். கனவு இருக்காது.”

“அதையும், இதையும் தொடர்புபடுத்திப் பார்க்கலாமான்னு கேக்கறேன்.”

“எனக்குத் தெரியலை சார்.”

“சரி. இதைப்போய் உன்னைக் கேட்டா எப்படி நான்தான் முடிவெடுக்கணும். சரி, கடைசியா எப்போ தலை வலிச்சது உனக்கு?”

“பத்து நாள் முன்பு இருக்கும்.”

“அதுக்கும் முதல்ல?”

“ரெண்டு வாரம் இருக்கும்.”

“மாசத்துக்கு ரெண்டு தடவைக்குக் குறையாம இந்த தலைவலி வருதுன்னு வச்சிக்கலாமா?”

“வச்சிக்கலாம் டாக்டர்.”

“மாசத்துக்கு எத்தனை தடவை சராசரியா அந்த குழப்பக் கனவு வந்திருக்கு வித்யா”

“ரெண்டு, இல்லை மூணு தடவை வரும்.”

சற்றுநேரம் அமைதியாக அவளையே பார்த்தார் டாக்டர். பின்னர் மேசை மீதிருந்த சிகரெட்டு பெட்டியை எடுத்து ஒன்றை எடுத்துப் பற்ற வைத்துக் கொண்டார்.

குடும்ப விபரங்களைக் கேட்டார். கல்வி விபரங்களையும் கேட்டார். தோழிகளைப் பற்றி, பொது அறிவு பற்றி என்று கால் மணி நேரம் கேள்விகள் கேட்டார். பொறுமையாய் பதில் சொன்னாள் வித்யா.

பிறகு வெளியே அமர்ந்திருந்த அசோக்கை உள்ளே வரவழைத்தார்.

"நீங்க இந்தப் பொண்ணுக்கு கணவராகப் போகிறவரா?"

"ஆமாம் டாக்டர்" என்றான் அசோக்.

"ஒண்ணுமில்லை. உள் மனசிலே சின்னதா என்னவோ ஒரு தடை இருக்கு. அதனாலதான் கனவு தலைவலி எல்லாம். மாத்திரைகள் எழுதித் தர்றேன். ஒரு மாசம் கழிச்சு மறுபடி என்கிட்டே அழைச்சுட்டு வாங்க" என்று எழுதித் தந்தார்.

ஐம்பது ரூபாயைக் கொடுத்துவிட்டு அசோக், அவளை அழைத்துக்கொண்டு வெளியே வந்தான்.

"அனாவசியமா உங்களுக்கு செலவு. எப்பவாவதுதான் வலிக்கும்னுதானே நான் சொன்னேன். இதுக்குப் போய் மாத்திரைகள் முழுங்கணுமா?" வித்யா சிணுங்கினாள்.

"சாப்பிட்டே ஆகணும். அது தொந்தரவில்லாத வலியா இருந்தாலும் என் செல்ல வித்யா குட்டிக்கு எப்பவாவதுகூட வலிக்கக் கூடாது. சரி, ஏறு. நேரமாச்சி."

பைக்கில் ஏறிக் கொள்ள... புறப்பட்டான் அசோக்.

வழியில் ஒரு மருந்துக் கடையில் நிறுத்தி, டாக்டர் எழுதிக் கொடுத்தவைகளை வாங்கி அவளிடம் தந்துவிட்டு மறுபடி ஓட்டினான்.

"சரி, நாளைக்கு டூர் போறேன்னு சொன்னே. எங்கே எங்கே போறீங்கன்னு சொல்லவே இல்லையே..."

"தென் தமிழ்நாடு போறோம். தஞ்சாவூர், பூம்புகார், வேளாங்கன்னி, கல்லணை, கும்பகோணம் இப்படி சுத்தறோம்."

"எத்தனை மணிக்கு புறப்படறீங்க?"

"நாளைக்கு காலைல ஆறு மணிக்கு."

"ஒவ்வொரு நாளும் எனக்கு லெட்டர் போடணும் நீ. என்ன"

"சரிதான். எனக்கு வேற வேலையில்லையா? ஊரை சுத்திப் பாக்கறதா, இல்லை உங்களுக்கு கடிதம் எழுதிக்கிட்டு உட்கார்ந்திருக்கிறதா?"

"நீ வேணும்னா லெட்டர் போடாமல் இருந்து பாரு."

"என்ன பண்ணுவிங்களாம்?"

"ஊர்லேர்ந்து நீ வந்த உடனே உன்னைக் கிள்ளுவேன்."

"இவ்வளவு தானா"

"எந்த இடத்திலே கிள்ளுவேன்னு இன்னும் நான் சொல்லலையே..." என்று கூறி நிறுத்திவிட்டு சொன்னான். சொன்னதும் அவள் முதுகில் குத்தினாள். "ச்சீ! அசோக், வரவர நீங்க ரொம்ப அசிங்கமாயிட்டிங்க."

வித்யாவின் கல்லூரியின் விடுதி வாசலில் பைக்கை நிறுத்தினான் அசோக். இறங்கிக் கொண்டு "டாடா" சொன்னாள்.

"டாடா மட்டும்தானா? குட் நைட் இல்லையா?"

"குட் நைட்."

"குட் நைட் மட்டும் தானா? குட் நைட் "கிஸ்" இல்லையா?"

அவன் கையைப் பிடித்து, சுற்றிலும் பார்த்து விட்டு யாரும் இல்லாததை நிச்சயப்படுத்திக் கொண்டு முத்தமிட்டாள்.

"போதுமா?"

"ஊகூம். அந்த இடத்திலே கேக்கலையே நான், ரெண்டாவது அஞ்சு நாளைக்கும் சேர்த்துத் தரணுமே..."

"இதையே கார்பன் பிரதி எடுத்து கன்னத்திலே வச்சுக்கங்க. நான் உள்ளே போறேன். நேரமாச்சு."

அசோக் சிரித்துவிட்டு பைக்கை கிளப்பி, புறப்பட்டு மறைந்து போனதும் வித்யா உள்ளே நடந்தாள். கேட் கீப்பர் இவள் தன் விடுதி அடையாள அட்டையைக் காட்டியதும் உள்ளே அனுமதித்தான்.

நேராய் தன் அறைக்கு வந்தாள். கதவைத் தட்டினாள்.

நைட் கவுன் அணிந்து இருந்த சரளா கதவைத் திறந்தாள்.

"வாங்கம்மா மகாராணி. மணி என்ன தெரியுமாடி ஒன்பதே கால். அந்த புது வார்டன் இப்பதான் எல்லா ரூமுக்கும் வரிசையா வந்தாங்க. நீ இன்னும் வரலன்னு சொல்லியாச்சு. வந்ததும் தன் ரூமுக்கு உன்னை வரச் சொல்லிட்டுப் போயிட்டா"

"அய்யய்யோ! நிஜமாவா நித்யா?" என்று படுக்கையில் படுத்திருந்த மற்றொருத்தியைக் கேட்டாள் வித்யா.

"பின்னே? ஒரு பெரிய சாக்கு எடுத்துக்கிட்டுப் போ"

"எதுக்கு?"

"அவங்க கொடுக்கிற டோசை வாங்கிக்கிட்டு வர வேணாமா? இன்னிக்கு எந்த பார்க்கிலே டூயட் பாடினீங்க கதாநாயகி"

"பார்க் இல்லை பிசி."

"என்னடி போறப்போ லிப்ஸ்டிக் போட்டுட்டு போனே... இப்போ காணோம். நூறு தடவை கொடுத்திருப்பியா?" என்றாள் சரளா.

"மொதல்ல வார்டனைப் பாத்துட்டு வந்துடறேன் இருங்கடி..."

"சரி, சரி, போனாப் போவுது. உன்னை மன்னிக்க சொல்லிடறோம். நீ போக வேணாம்."

"வார்டன் வரவே இல்லைதானே? பொய்தானே சொன்னீங்க"

"வந்தார். நீ பாத்ரூம் போயிருக்கிறதா சொல்லிட்டேன்."

"என் செல்ல நித்யா" என்று அவளின் கன்னத்தைக் கிள்ளினாள் வித்யா.

"என்னை ஏண்டி கில்றே? இவ்வளவு நேரம் சுத்தினியே அவனைக் கிள்ள வேண்டியது தானே."

"ஏய்! அவன், இவன்னு சொன்னா... பாரு..."

"பெரிய மன்மதன்!"

"உன் ஆளுக்கு இவர் பெட்டர். பல்லு துருத்திக்கிட்டு, கறுப்பா பேரைப் பாரு... கனகசுப்பிரமணியன் வெவ்வவ்வவ்வே!" என்றாள் வித்யா.

சரளா இருவரையும் சமாதானப்படுத்தினாள்.

"வித்யா, டிரெஸ் எல்லாம் எடுத்து வச்சிட்டியா!"

"இனிமே தான்" என்று பாத்ரூம் போய்விட்டு வந்து சேலையைக் கழற்றி கொடியில் போட்டாள். ஜாக்கெட்டை அவிழ்த்துவிட்டு மெல்லிசான கவுனை எடுத்தாள் வித்யா.

"இன்றைக்கு உன் காதலன் விரல்கள் எங்கெங்கு தொட்டன சொல் தோழி!" என்றாள் சரளா.

"அவள் என்ன சொல்றது? அங்கே பாரு... சிவந்திருக்கு" என்றாள் நித்யா.

வித்யா படக்கென்று கவுனுக்குள் நுழைந்து கொண்டு, "உங்களுக்கு வேற வேலையே இல்லை."

சூட்கேசில் உடைகளை, தேவையான பொருள்களை எடுத்து வைத்துவிட்டு தன் கட்டிலில் படுத்தாள் வித்யா. இரவு விளக்கைப் போட்டுவிட்டு அடுத்த கட்டிலில் படுத்த சரளா மெல்ல சொன்னாள்:

"வித்யா, இன்னிக்கு நித்யா ஒரு "ஜோக்" சொன்னாளே..."

"என்ன?"

"பிரசவ ஆஸ்பத்திரியில், ஒரு குழந்தை பிறக்கிறப்பவே தலையில் தொப்பியோட பிறந்துச்சாம். அது எப்படி?"

"தெரியலையே..."

சரளா சொன்னதும் வித்யாவுக்கு கன்னமெல்லாம் சிவந்துவிட்டது. இரண்டு நிமிடம் வயிறு குலுங்க சிரித்தாள்.

"ச்சே... ரொம்ப நல்ல பொண்ணுடி நான். என்னைக் கெடுத்துடுவீங்க போலிருக்கே" என்றாள்.

சற்றைக்கெல்லாம் உறங்கிப் போனாள் வித்யா.

டொக்டக்... டொக்டக்... டொக்டக்... டொக்டக்...

அந்தக் குதிரை வேகமாக ஓடி வந்தது. சிகப்பு விசித்திரம் வளர்ந்துக்கொண்டே போனது. காற்றில் சவரி முடி பிசிறு பிசிறாய் பறந்தது ஒற்றைக் கண் இமை திறந்து திறந்து மூடியது.

சட்டென்று விழித்துக் கொண்டாள் வித்யா.

இரண்டு பொட்டுக்களிலும் சன்னமாக வலித்தது.

மறுபடி அந்தக் குழப்பக் கனவு. தலைவலி கையால் அழுத்தமாகத் தேய்த்து விட்டுக் கொண்டாள். வாங்கி வந்த மாத்திரைகள் மேசை மேல் இருப்பது நினைவுக்கு வர... எழுந்து எடுத்தாள்.

தலைவலிக்கும் பொழுது மட்டும் சாப்பிடச் சொன்ன மாத்திரையை சாப்பிட்டாள். இரண்டு பக்கமும் சரளாவும், நித்யாவும் அமைதியாக உறங்கிக் கொண்டிருந்தார்கள்.

'ச்சை! எனக்கு மட்டும் இந்த தலைவலி ஏன் தான் வருகிறதோ!'

மணியைப் பார்த்தாள். ஒன்று இருபது ஆகியிருந்தது.

மறுபடி கட்டிலில் படுத்துக் கொண்டாள். உறக்கம் வரவில்லை. எப்போதும் உடனே உறக்கம் வந்துவிடும். இன்றைக்கு ஏனோ வரவில்லை. புரண்டு புரண்டு படுத்தாள்.

டாக்டர் கேட்ட கேள்விகள் எல்லாம் ஒவ்வொன்றாய் நினைவுக்கு வந்தன. ஒரு சாதாரண தலைவலிக்குப் போய் எத்தனை, எத்தனை கேள்விகள்!

கொஞ்ச நேரத்தில் உறங்கினாள்.

மறுபடி அந்த குழப்பமான கனவு.

அந்த குதிரை, அந்த விசித்திர சிகப்பு ஜந்து-சவரிமுடி-ஒற்றைக்கண்.

மீண்டும் எழுந்து உட்கார்ந்து கொண்டாள். இப்போது தலைவலி சற்று அதிகரித்திருப்பது போல தோன்றியது.

அவளுக்குள் சற்று வியப்பும், ஒருவிதமான கவலையும் தோன்றியது.

ஒரே இரவில் இரண்டு முறைகள் இதுபோல் இதுவரை இந்தக் கனவு வந்தது இல்லை. இதைப்போல தலை வலித்ததும் இல்லை.

சீ! அதைப்பற்றியே நினைத்துக் கொண்டிருப்பதால்தான் மறுபடி தலைவலி வந்திருக்கிறது. அதைப் பற்றி நினைக்கக் கூடாது என்று தீர்மானமாக உறுதி கொண்டு படுத்துக் கண்களை மூடினாள்.

மறுபடி டாக்டர் கேட்ட கேள்விகள் நினைவுக்கு வர - எழுந்து மேசை விளக்கைப் போட்டுக் கொண்டு ஒரு கதைப் புத்தகத்தை எடுத்து மும்முரமாக நினைவை திசை திருப்புவதற்காகப் படிக்க ஆரம்பித்தாள் வித்யா.

ஒரு பத்துப் பக்கம் படித்தவுடன் தூக்கம் கண்களைக் - சுழற்றவே... அப்படியே மேசையிலேயே கவிழ்ந்து புத்தகத்தின் மேலேயே உறங்கிப் போனாள்.

அரை மணி நேரம் கழித்து வித்யா சட்டென்று தன்னைச் சிலிர்த்துக் கொண்டு, கண்களைத் திறந்து “சங்கர்!” என்றாள் சற்றே உரத்த குரலில்.

உறங்கிக் கொண்டிருந்த இருவரும் திடுக்கிட்டு எழுந்தனர்.

அத்தியாயம்... 3

விழித்துக் கொண்ட நித்யாவும், சரளாவும் நாற்காலியில் உட்கார்ந்திருந்த வித்யாவை நெருங்கினார்கள்.

"என்ன வித்யா? என்னாச்சு உனக்கு ஏன் இங்கே உக்காந்திருக்கே?"

"தூக்கம் வரலை. சரின்னு புத்தகம் படிச்சேன், அப்படியே தூங்கிட்டேன்" என்றாள் வித்யா, பின் அவர்கள் இருவரையும் உற்றுப் பார்த்து, "சரி, நீங்க எதுக்காக எளுந்திரிச்சீங்க" என்றாள்.

"நல்லாருக்குடி கதை. நீ கத்தி எங்களை எழுப்பிட்டு ஏன் எழுந்தேன்னு கேக்கறியா?" என்றாள் சரளா.

"கத்தினேனா? என்ன கத்தினேன்?"

"சங்கர்ன்னு கத்தினே... ஏண்டி அப்படி கத்தினே?"

"தெரியலையே - உண்மையா நான் கத்தினேனா?"

"சரிதான். இந்த நேரத்தில எங்களுக்கு உன்கிட்டே விளையாடணும்னு ஆசையா பின்னே?" என்றாள் நித்யா.

"சரி. வா, தூங்கலாம். எதாச்சும் கனவு கண்டிருப்பே..."

வித்யா தன் படுக்கையில் படுத்துக்கொள்ள அவர்களும் அவரவர் கட்டில்களில் படுத்துக் கொண்டார்கள்.

வித்யாவிற்கு கலக்கமாக இருந்தது.

சங்கர் என்று ஏன் கத்தினேன்? யார் அது? அப்படி யாரையும் எனக்குத் தெரியாதே...

இப்போது மனத்தின் ஓரத்தில் மெலிதாக சங்கர் என்று ஒரு குரல் ஒலிப்பது போல இருந்தது. புரண்டு குப்புறப் படுத்துக்கொண்டு உறங்கிப் போனாள் வித்யா.

காலை மணி ஆறு.

வானம் சூரியனை சோப்பாக உபயோகித்துக் குளிக்க... இருட்டு அழுக்கு கரைந்து கொண்டிருந்தது. செடிகள் புதுசாக பூக்களை பிரசவித்திருந்தது. பறவைகள் சிறகுகளை அடித்து தேகப் பயிற்சி செய்து கொண்டன.

அந்த விடுதியின் முன்னால் "டூரிஸ்ட்" என்று போர்டு மாட்டிய பஸ்ஸின் முன்புறக் கண்ணாடியை ஈரத் துணியால் துடைத்துக் கொண்டிருந்தான் கிளீனர். டிரைவர் கடைசி சீட்டில் படுத்துக்கொண்டு சிகரெட்டு குடித்துக் கொண்டிருந்தான்.

'ப' வடிவத்தில் இருந்த விடுதியின் மையத்தில் நின்று கொண்டிருந்த வார்டன் புஷ்பா காட்டுக் கத்தலாகக் கத்திக் கொண்டிருந்தாள் - பக்கத்தில் இருந்தவளிடம்.

"ஆறு மணிக்கு சரியா புறப்படணும்னு படிச்சு படிச்சு சொல்லியும் இன்னும் ஒரு குரங்கும் ரெடியாகலை பாரு... போடி... எல்லா அறையிலேயும் போய் சொல்லிட்டு ஆறே கால் மணிக்கு வண்டி புறப்பட்டாகணும்."

வித்யாவின் அறையில் மூன்று பெண்களும் கண்ணாடி முன்னால் நின்று மேக்கப் செய்து கொண்டிருந்தார்கள்.

"வார்டன் கத்துதடி. சீக்கிரம் போகலாம் வாங்க" என்றாள் சரளா.

புறப்பட்டார்கள் தங்கள் சூட்கேஸ்கள், பேக்குகளை எடுத்துக் கொண்டு.

"நித்யா, உன் டேப்ரிக்கார்டரை எடுத்துக்கிட்டியா?"

“எடுத்துக்கிட்டேன். ‘சீட்டு கட்டு’ எடுத்து வைக்கச் சொன்னேனே வித்யா?”

“எடுத்து வச்சிட்டேன்” என்றாள் வித்யா.

“காமிராதான் கிடைக்கலை” என்றாள் சரளா.

“யார் சொன்னது? அசோக்கிட்டே சொல்லி அவர் நண்பர்கிட்டே வாங்கி இப்போ என் பெட்டிக்குள்ளே இருக்கு” என்றாள் வித்யா.

அறையைப் பூட்டிக்கொண்டு இறங்கி வந்தார்கள். பஸ்களை நோக்கி இரண்டு, மூன்று பேராய் மாணவிகள் சென்று கொண்டிருக்க... வார்டன் புஷ்பா துரிதப்படுத்திக் கொண்டிருந்தாள்.

பஸ்சில் ஏறி வரிசையாக அமர்ந்தார்கள்.

புஷ்பா பஸ்சில் ஏறி கையில் வைத்திருந்த லிஸ்டுபடி மாணவிகளைப் பார்த்து, பிறகு டிரைவரைப் பார்த்து “எல்லாரும் வந்தாச்சி புறப்படலாம்ப்பா” என்றாள்.

அப்போது ஆபீஸ் கிளர்க்கு செல்வமணி வந்தான்.

“வித்யாவுக்கு ஒரு போன் வந்திருக்கு.”

“உள்ளூரா, வெளியூரா?” என்றாள் புஷ்பா.

“வெளியூர் அவங்க அண்ணன் பேசறார். எலமனூர்னு சொன்னாங்க.”

“போம்மா வித்யா - போய் பேசிட்டு வா, சீக்கிரம்.”

வித்யா குழப்பமாக பஸ்சை விட்டிறங்கி அலுவலக அறைக்கு வந்தாள். மேசையின் மேல் தனியாக எடுத்து வைக்கப்பட்டிருந்த ரிசிவரை எடுத்துக் கொண்டு, “அலோ. நான் வித்யா பேசறேன், என்னண்ணா?” என்றாள்.

“சவுக்கியமா இருக்கியாம்மா?”

ஆனால் இது அண்ணனின் குரல்போல இல்லை.

“யாரு அண்ணன்தானே பேசறது?”

“ஆமாம். எலமனூரில் இருந்து நான் தான்மா பேசறேன். குரல் அடையாளம் தெரியலையா?”

“தெரியலேண்ணே... என்னண்ணே விஷயம்”

“வந்தும்மா... நீ யாரோ ஒரு காலிப் பயலோட சுத்தறியாமே? உண்மையா...”

வித்யாவுக்கு வியர்த்தது.

“அதெல்லாம் ஒண்ணுமில்லை.”

“எனக்குத் தெரியும். அவன் பேரு அசோக்.”

“வந்து. அவரு ரொம்ப நல்லவர் அண்ணே...”

“அப்படியா? அப்போ அந்தக் காலிப்பயலையே உனக்கு கல்யாணம் பண்ணி வச்சிடறேன். சம்மதம்தானே? மண்டு. மண்டு! இன்னுமா என் குரலை அடையாளம் தெரியலை? நான்தான் அசோக் பேசறேன், வித்யா.”

“ச்சீ! நீங்களா? நான் பயந்தே போயிட்டேன்.”

“அண்ணன்னு சொன்னதானே கூப்புடுவாங்க உன்னை? இன்னும் புறப்படவில்லையா?”

“இதோ புறப்படப் போறோம்.”

“டூர் ஜாலியா அமையணும். இந்த வாழ்த்தை சொல்லதான் கூப்பிட்டேன். பக்கத்திலே யாரும் இல்லைன்னா ஒண்ணு குடேன்.”

“ஊகூம்... எல்லாம் அப்புறம். எல்லாரும் எனக்காக காத்துக்கிட்டிருக்காங்க. அசோக், ஆனாலும் உங்களுக்கு தைரியம் அதிகம், வச்சிடட்டுமா?” என்று வைக்கப் போனவள் மறுபடி பேசினாள். “அசோக், அந்தக் கனவு ராத்திரி வந்திச்சி. தலையும் வலிச்சுச்சு.”

“மாத்திரை சாப்பிட்டியா?”

“ம். நேத்து ரெண்டு தடவை அந்தக் கனவு வந்திச்சு.”

“அதெல்லாம் ஒண்ணுமில்லை. தைரியமா போய்ட்டு வா. அந்த மாத்திரைகளை தொடர்ந்து சாப்பிடு. வேற ஒண்ணுமில்லையே...?”

சங்கர் என்று கத்தியதைச் சொல்ல நினைத்தாள், அப்புறம் வேண்டாம் என்று நினைத்தாள். “ஒண்ணுமில்லை வச்சிடறேன். போய்ட்டு வாறேன்.”

வைத்துவிட்டு வேகமாக பஸ்சுக்கு வந்தாள்.

“என்னம்மா வித்யா, எதுவும் சீரியஸான விஷயமா?” என்றாள் வார்டன்.

“இல்லை மேடம். சும்மாதான் சவுக்கியம் விசாரித்தார் அண்ணன்” எனும்போது அவளுக்கே சிரிப்பு வந்தது

நான்கு எலுமிச்சைப் பழங்களை நசுக்கிக் கொண்டு பஸ் புறப்பட்டது.

பஸ் புறப்பட்டதுமே பெண்களுக்கு உல்லாசம் புகுந்துகொண்டது. சன்னல் வழியாக கைகளைக் காட்டி சாலையில் போகிற, வருகிறவர்களுக்கெல்லாம் “டாடா” காண்பித்தார்கள்.

பின் சீட்டில் கிடார் வாசித்தாள் ஒருத்தி.

மூன்றுபேர் நின்று இடுப்பை உலுக்கி நடனம் ஆடினார்கள்.

“பழம் நீயப்பா... ஞானப் பழம் நீயப்பா...” என்று ஆரம்பித்த ஒருவளை ஓவென்று கத்தி உட்கார வைத்தார்கள்.

புதிர்கள் போட்டுக்கொண்டு, அவரவர் காதல் அனுபவங்களை, பற்றி அரட்டை அடித்துக்கொண்டு உற்சாகமாக மிதந்தனர் அனைவரும்.

வித்யாவின் மனதில் மட்டும் லேசாய் ஒரு கலக்கம் இருந்துக்கொண்டே இருந்தது. ராத்திரி ஏன் அப்படிக் கத்தினோம் என்று. அவர்களோடு உல்லாசமாக இருக்க முயற்சித்தாலும், நெஞ்சில் ஒருவிதமான நெருடல் இருந்தது. இனம் புரியாத ஒரு பயம், காரணம் தெரியாமல் ஒரு கவலையும் உருவாகியிருந்தது.

டூரின் இரண்டாவது நாள்.

இப்போது அவர்கள் கும்பகோணத்தில் இருந்தார்கள்.

ஒரு ஓட்டலில் ராத்திரி டிபனை முடித்துக் கொண்டு அனைவரும் பஸ்சுக்கு வந்தபோது மணி எட்டு.

வார்டன் புஷ்பா அவர்களைப் பார்த்து கேட்டாள்:

"அடுத்த நாம போகப் போறது சரித்திரப் புகழ் வாய்ந்த பூம்புகார். அதுக்கு இன்னிக்கு இப்பவே கிளம்பி ராத்திரி அங்கே விருந்தினர் மாளிகையிலே போய் தங்கலாமா? இல்லைன்னா இங்கே தங்கிருந்துட்டு நாளைக்கு காலைல புறப்பட்டு போகலாமா?"

ஒவ்வொருவர் ஒவ்வொரு மாதிரி சொன்னார்கள்.

"பகல்ல பயணம் செய்றதை தவிர்த்தா நிறைய இடங்களை பார்க்கலாம் மேடம்" என்றாள் ஒருத்தி.

"இங்கேர்ந்து பூம்புகார் எவ்வளவு தூரம் மேடம்"

"எண்பது கிலோ மீட்டரோ என்னவோதான். டிரைவர் சாப்பிடப் போயிருக்கார். வரட்டும், கேக்கலாம்."

"எண்பது கிலோ மீட்டர்னா ரெண்டு மணி நேரத்திலே போயிடலாம் மேடம். இப்போ மணி எட்டாகுது. எட்டரைக்கு புறப்பட்டாக்கூட பத்தரை மணிக்கெல்லாம் போயிடலாம். ராத்திரி இங்கே தூங்கறதை அங்கே போய் தூங்கலாம்" என்றாள் நித்யா.

"ஆமாம் மேடம். இங்கே நீங்க ஏற்பாடு பண்ணிருக்கிற காலேஜ் ஹாலில் பேன் கூட இல்லை. புழுங்கும். அங்கேன்னா கடல் காத்து ஜிலுஜிலுன்னு வரும்" என்றாள் சரளா.

"ஹை! பூம்புகாரில் கடல் இருக்கா? அப்ப இப்பவே போயிடலாம்" என்றாள் ஒருத்தி.

"ராத்திரி ஆயிடுமேன்னு பாக்கறேன்" என்றாள் வார்டன்.

"பத்தரை மணி ஒரு நேரம் இல்லை மேடம்."

"சரி" என்று ஒப்புக் கொண்டாள்.

டிரைவரும், கிளீனரும் சாப்பிட்டுவிட்டு வந்ததும் இரவு எட்டரை மணிக்கு அவர்களின் பஸ் பூம்புகாரை நோக்கி வேகம் பிடித்தது.

“வித்யா. நீ ஏன்டி ரெண்டு நாளா அவ்வளவா உற்சாகமாவே இல்லை?”

“அதெல்லாம் ஒண்ணுமில்லை.”

மாணவிகளுக்கு சந்தோசம் கரைபுரண்டு ஓட... மறுபடி ஆட்டம், பாட்டும் துவங்கியது. காலையில் இருந்து அலைந்ததில் களைப்பு மேலிட வித்யாவைத் தூக்கம் கவ்வியது. சரளாவின் தோளில் சாய்ந்துக்கொண்டு உறங்க ஆரம்பித்தாள்.

சற்றைக்கெல்லாம் அந்தக் குழப்பக் கனவு வந்துவிட்டது.

உலுக்கினதைப் போல விழித்துக் கொண்டாள். கைப்பையில் இருந்து மாத்திரையை எடுத்து, தண்ணீரோடு விழுங்கினாள்.

மனத்தில் பயம் அதிகரித்தது.

இந்தக் கனவு இப்பொழுதெல்லாம் மிக அடிக்கடி வருகிறது ஏன்?

சன்னலுக்கு வெளியே பார்த்தாள். இருட்டு தாங்கிய கறுப்பு மரங்கள் வேகமாக பின்னோக்கி ஓடிக் கொண்டிருந்தன. பஸ்சின் முன்பக்க வெளிச்சங்கள் சாலையைப் பெருக்கித் தள்ளிக் கொண்டிருந்தன. வெளிச்சத்தில் - பூச்சிகள் மிதந்தன.

பஸ் ஆடுதுறையைத் தாண்டியது.

பஸ்சில் இப்போது முக்கால்வாசிப் பேர் உறங்கிக் கொண்டிருக்க... டிரைவர் சீட்டுக்கு அருகில் அமர்ந்திருந்த மாணவிகளை, “தூங்காதீங்க! நீங்க தூங்கினா டிரைவருக்குத் தூக்கம் வரும்” என்று கண்டித்தாள் வார்டன்.

வித்யா மறுபடி தூங்க விருப்பமில்லாமல் கைப்பையில் இருந்து நாவல் ஒன்றை எடுத்துப் பிரித்தாள். அருகில் நித்யா டேப் ரிக்கார்டரை இயக்கி தன் காதுகளுக்கு மட்டும் கேட்கிற கருவியைப் பொருத்தி கேட்டுக் கொண்டு கால்களால் தாளம் போட்டுக் கொண்டிருந்தாள்.

வித்யாவால் இப்போது தொடர்ந்து படிக்க இயலவில்லை.

அந்த முணுமுணுப்புத் தலைவலியை உணர்ந்தாள் மனத்தின் மூலையில் மெலிதாக சங்கர் என்று ஒரு குரலைக் கேட்பது போலிருந்தது. வயிற்றை என்னவோ செய்தது.

இப்போது கரட் கரட் என்று சத்தம் ஏற்பாடு... ஒருவித வெட்டல் மாதிரி பஸ் இழுத்து... வேகம் குறைந்து நின்று போனது... எல்லா பக்கமும் இருட்டு.

அத்தியாயம்... 4

பஸ் நின்று போனதும் அனேகமாக எல்லா மாணவிகளும் விழித்துக் கொண்டார்கள்.

வார்டன் பதறினாள்.

"என்னப்பா டிரைவர்?"

"இருங்கம்மா பார்க்கலாம். என்னன்னு எனக்கும் தெரியலையே..." என்று என்ஜினை அணைத்துவிட்டு பஸ்சின் உள் விளக்குகளைப் போட்டான் டிரைவர்.

கிளீனர் என்ஜின் மேல் இருக்கிற கவரைத் திறந்தான்.

"காற்றாடி பெல்ட் அறுந்துருக்குமாண்ணே?"

"டார்சலைட் அடித்துப் பார்த்தான் டிரைவர் அது சரியாதானே இருக்கு."

"டீசல் வர்ற வழியிலே அடைப்பு ஏதாவது இருக்கா" என்றாள் ஒருத்தி.

"வண்டியில் டீசல் இருக்கா முதல்ல?" என்றாள் இன்னொருத்தி.

"நீங்கள்லாம் கொஞ்சம் சும்மா இருங்கம்மா அதான் பார்க்கறேனில்லே" என்று சலித்துக் கொண்ட டிரைவர், "டேய் பையா, ரப்பர் ஷீட்டை எடுத்து வண்டிக்கு அடியிலே போடு அடிப் பக்கம் பார்க்கலாம்."

"சரியான ஓட்டை வண்டியை பிடிச்சிருக்கீங்க, மேடம்."

"சும்மா இருங்கடி, எனக்கு பதறுது. நீங்க கமெண்டு அடிக்கிறீங்க" என்றாள் புஷ்பா.

டிரைவர் பஸ்சுக்கு அடியில் உடலை நுழைத்துப் படுத்து டார்ச் லைட்டை அடித்துப் பார்த்தான், பின் வெளியே வந்தான். உதட்டைப் பிதுக்கினான்.

"என்னப்பா ஆச்சி?"

"முக்கியமான பகுதி ஒண்ணு உடைஞ்சி துண்டா நிக்கிதும்மா"

"அய்யய்யோ! இப்போ என்ன? அதை சரி பண்ணிடலாமில்லையா?"

"சரி பண்ணிடலாம்."

"சீக்கிரம் செய்யப்பா."

"நான் எப்படிங்க செய்ய முடியும்?"

"பின்னே"

"துண்டா நிக்கிற பகுதியை சேத்து வச்சி வெல்டு செய்யணும். நான் எப்படி வெல்டு செய்ய முடியும்? எதாச்சும் ஸ்குரு கழண்டிருந்தா டைட் செய்யலாம். பெரிய ரிப்பேரை என்னால ஒண்ணும் பண்ண முடியாதேம்மா..."

புஷ்பாவுக்கு ஆத்திரம் வந்தது.

"எவடி அவள், இன்னிக்கே பூம்புகார் போயாகணும்னு அடம் பிடிச்சது? இப்ப பாரு அத்துவானத்திலே நிக்கிறோம். மணி ஒம்பதே காலாச்சு. இப்ப என்னப்பா செய்யலாம்?"

"இங்கேர்ந்து கும்பகோணம்தான் பக்கம். எவனாச்சும் லாரிக்காரனை நிறுத்தி பஸ்சை கயிறு போட்டுக் கட்டி கும்பகோணம் எடுத்துட்டுப் போய் வெல்டு பண்ணி எடுத்துட்டு வரணும். அதான் வழி."

மாணவிகளுக்கு திகில் வந்துவிட்டது. கசமுசா என்று பேச ஆரம்பித்தார்கள்.

"அதுவரைக்கும் நாங்க எங்கே இருக்கறது? இது எந்த ஊருன்னே தெரியலையே..."

"ஆடுதுறையை தாண்டி ஏழு கிலோ மீட்டர் வந்து இருக்கோம்மா பக்கத்திலே பெரிய ஊர் எதுவும் இல்லை. இருங்க, யாராச்சும் ரோட்ல வந்தா விசாரிக்கிறேன்" என்றான் டிரைவர்.

"வண்டியை விட்டு நீங்க யாரும். இறங்க வேணாம்." என்று சொல்லிவிட்டு வார்டன் மட்டும் கீழே இறங்கினாள்.

டிரைவர், கிளீனர், வார்டன் மூன்றுபேரும் நடுசாலையில் நின்றார்கள். பஸ்சின் ஹெட்லைட் சாலையில் பாய்ந்தது. ஒரு மரத்தின் மேல் வெளிச்சம் பொழிந்து கொண்டிருந்தது. இரவுப் பூச்சிகளின் சத்தம், தவளைகளின் சத்தம் அமைதியை விரட்டியது.

"ஏம்பா நீ போய் ரிப்பேர் பண்ணி கொண்டார எவ்வளவு நேரமாகும்"

"ரெண்டு மணி நேரத்திலே வந்துடலாங்க. மொதல்ல பஸ்சை இழுத்துக்கிட்டுப் போக ஒரு லாரியை பார்க்கணும். அது கும்பகோணம் போறதா இருக்கணும். அது கிடைச்சுடும். அதுவரைக்கும் நீங்க எங்கே இருப்பீங்கங்கறதுதான் இப்ப பிரச்சினை" என்றான் டிரைவர்.

"ஆடுதுறைப் பக்கத்தில் இருந்து ஒரு இரட்டை மாட்டு வண்டி இப்போது ஜல்... ஜல் என்று வந்து கொண்டிருந்தது. சோர்வாய் நடந்த மாடுகளின் கண்கள் பளிங்குகளாய் மின்னின. வண்டிக்காரன் ஒரு போர்வையால் தலையையும் சேர்த்து போர்த்தி இருந்தான்."

வண்டி அருகே வர... அதை நிறுத்தினார்கள்.

"இந்தாப்பா, இங்கிருந்து பக்கத்திலே தங்கறத்துக்கு ஏதாச்சும் இடம் இருக்குமா?"

"எதுக்குங்க?"

விபரங்கள் சொன்ன பிறகு... சொன்னான்.

மெயின் ரோட்லேர்ந்து இதோ பிரியுது பாருங்க மண் சாலை. இதுல அரை கிலோ மீட்டரு நடந்தா போதும், நம்ம ஊரு. கடையப்பட்டி. சின்ன கிராமம் தான். ஒரு கரை பள்ளிக்கூடம் இருக்குது. சாணி மொழுகி சுத்தமா இருக்கும் என் பின்னாடியே வரச் சொல்லுங்க. பஞ்சாயத்து பிரசிடெண்டு அய்யாகிட்டே சொல்லி திறந்துவிடச் சொல்றேன், பாவம்... சின்னப் புள்ளைங்க. எவ்வளவு நேரம் ரோட்டு மேலேயே நின்னுக்கிட்டிருப்பாங்க?

"அவன் சொல்றது நல்ல யோசனைங்க. நான் பஸ்சை ரிப்பேர் பண்ணி எடுத்துக்கிட்டு இங்கேயே வந்து... ஏம்ப்பா இந்த மண் ரோட்ல பஸ் போக முடியுமா?"

"தாராளமா? டிராக்டரு. ஜீப்பெல்லாம் இதில்தானே போகுது?"

"அப்போ நான் நேரா பள்ளிக் கூடத்துக்கே ஓட்டிக்கிட்டு வந்துடறேன். எல்லாரையும் எறங்கச் சொல்லி இந்த வண்டி பின்னாடி நடக்கச் சொல்லுங்க" என்றான் டிரைவர்.

புஷ்பாவுக்கும் வேறு யோசனை படவில்லை.

பஸ்சுக்கு வந்து மாணவிகளிடம் விபரத்தை சொன்னார்.

"வேறு வழி?" என்று அலுத்துக் கொண்டு பொருள்களை எடுத்துக் கொண்டு எல்லோரும் இறங்கினார்கள்.

"உனக்கு லாரி கிடைச்சவுடனே நாங்க போறேமே..." என்றாள் வார்டன்.

"அதெல்லாம் நான் பார்த்துக்கறேன். நீங்க போங்கம்மா."

"எவ்வளவு சீக்கிரம் வர முடியுமே வந்துடுப்பா பணம் வேணுமா?"

"வச்சிருக்கேன். நீங்க போங்க."

வண்டிக்காரன் மெயின் சாலையிலிருந்து பிரிந்த மண் சாலையில் வண்டியை இறக்கினான். "சும்மா தைரியமா பின்னாடியே வாங்க. பூச்சி, பொட்டு எதுவும் கிடையாது. நடக்க முடியாதவங்க யாராச்சும் இருந்தா வண்டில ஏறிக்கங்க. காலியாதான் இருக்கு."

யாரும் ஏறவில்லை. முன்னால் மாணவிகள் மூன்று பேராய், நான்கு பேராய் நடக்க... கடைசியாக நடந்தாள் வார்டன். டார்ச்லைட் கொண்டு வந்தவர்கள் அதை உபயோகித்தனர்.

முன்னால் சென்ற வண்டியின் அடியில் அரிக்கேன் விளக்கு மெதுவாக அசைந்து கொண்டிருந்தது.

வித்யா தன் தோழிகளுடன் மவுனமாக நடந்தாள்.

"என்ன வித்யா, ஏதாச்சும் பேசேன்" என்றாள் சரளா.

"என்ன பேசறது?"

"அதையும் நானே சொல்லிடட்டுமா?"

"இந்த டூர் புறப்பட்டதில் இருந்தே அவள் மூடுல இல்லைடி."

"அசோக் ஞாபகம் வந்துடிச்சா?"

"அதெல்லாம் ஒண்ணுமில்லை. விடுங்கடி என்னை" என்று மவுனமாக நடந்தாள்.

"யாராச்சும் ஒரு பாட்டு பாடுங்களேன்" என்று எவளோ சொன்னாள்.

"ஜயாரெட்டு நட்டு... அறுவடையை பாத்துப் பிட்டு... சேர்த்தேன்டி துட்டு... வாங்கித் தர்றேன் புட்டு..." என்று வண்டிக்காரன் பாட ஆரம்பிக்க...

எல்லோரும் சிரித்தார்கள்.

அந்த சிரிப்பு வித்யாவைக் கவரவில்லை.

அவளுக்குள் என்னமோ செய்தது. மனசு மிக பாரமாகிப் போனதுபோல இருந்தது. எண்ணெய் தீர்ந்துபோன விளக்கு "பக் பக்" என்று அடித்துக் கொள்ளுமே அதுபோல அவள் மனதில் சட் சட்டென்று ஒரு விதமான தவிப்பு வந்துபோனது. ஜில்லென்று வீசிய காற்றிலும் வியர்த்தது.

"ஏதாச்சும் பேசுடி. உனக்கென்ன ஆச்சு?" என்றாள் நித்யா.

“நித்யா, பிடிவாதமா பேசக் கூடாதுன்னு என்னை நான் ஒண்ணும் கட்டுப் படுத்திக்கலை. ஆனால். என்னமோ ஒரு குழப்பம்டி மனசுல.”

“என்ன குழப்பம்?”

“அதை சொல்லத் தெரியலை. எதையோ பறிகொடுத்த மாதிரி உணர்றேன்.”

“உன் மனசைத்தான் பறிகொடுத்தாச்சே ஏற்கனவே...”

“அதில்லை சரளா... உங்ககிட்டே முந்தி சொன்னேனில்லே எனக்கு ஒரு விசித்திரமான கனவு வரும்னு.”

“ஆமாம்”

“இப்போ மூணு நாளா அது ரொம்ப அடிக்கடி வருது.”

“இவ்வளவுதானே சின்ன வயசிலே எதையாச்சும் பாத்து பயந்திருப்பே. அது உன் மனசிலே அப்படியே தங்கிடுச்சி. இதுக்கெல்லாம் கவலைப்படக்கூடாது.”

“இல்லை நித்யா, எனக்கென்னமோ பயமா இருக்கு.”

“என்ன பயம்?”

“புரியலை. ஆனால், பயமா இருக்கு. நான் ஏன் சம்மந்தமில்லாம சங்கர்ன்னு அன்னிக்கு கத்தணும் நித்யா”

“புத்தகம் படிச்சிக் கிட்டிருந்தியில்லே, அதிலே சங்கரன்னு பேர் வந்திருக்கும். கனவிலே உளறிட்டே அதை”

“இல்லைடி நான் படிச்சது இங்கிலீஷ் புத்தகம்.”

“அது சும்மா ஒரு கனவு உளறல். இதுக்கெல்லாம் போட்டு மனசை அலட்டிக்க கூடாது வித்யா. சாதாரண விஷயத்தை பெரிசு படுத்தறே. மறந்துட்டு சகஜமா இரு. சகஜமா பேசு. சிரி. எல்லாம் சரியாப் போய்டும்.”

வித்யா தன்னையே சமாதானப்படுத்திக் கொண்டாள். சகஜமாக ஊர்க் கதைகள் பேசி நடந்தாள்.

கொஞ்ச நேரத்தில் கடையப்பட்டி வந்துவிட்டது. சொற்பமான நிலா வெளிச்சத்தில் குடிசைகள் தெரிந்தன. ஒன்றிரண்டு ஓட்டு வீடுகளும் தெரிந்தன. தெருவிளக்கு. ஒன்று மங்கலாக எரிந்து கொண்டிருந்தது. குப்பைத் தொட்டி நிரம்பி வழிந்தது. ஓரமாய் தேங்கின சாக்கடையில் கொசுக்கள் மொய்த்துக் கொண்டிருந்தன.

ஓ... வ் ஓ... என்று ஒலி எழுப்பி மாடுகளை இழுத்து வண்டியை நிறுத்தினான் வண்டிக்காரன். கீழே குதித்து இறங்கினான்.

“இதான் பிரிசிடெண்டு ஐயா வீடு. உறங்கிட்டார்ன்னு நினைக்கிறேன். நான் எழுப்பி விஷயத்தைச் சொல்றேன். நீங்க இருங்க.”

ஓட்டு வீட்டின் வாசலுக்குப் போய் நின்று கதவை அவன் தட்டுவது இங்கே கேட்டது. சற்றைக்கெல்லாம் கதவு திறக்கப்பட்டு சட்டையணியாத ஒரு மனிதர் எட்டிப் பார்ப்பதும், இவன் எதுவோ பேசுவதும் தெரிந்தது.

கொஞ்ச நேரத்தில் வண்டிக்காரனும், சட்டையின் பட்டன்களைப் போட்டுக் கொண்டே ஐம்பது வயது மதிக்கத்தக்க ஒருவரும் இவர்களை நோக்கி வந்தார்கள்.

வந்தவுடன் எல்லோரையும் மொத்தமாகப் பார்த்து “கருப்பன் விவரம் சொன்னான். ஒரு ஆபத்து சமயத்தில் உதவாம என்ன? நீங்க பள்ளிக்கூடத்தில் தாராளமா ராத்திரி முழுக்க வேணும்னாலும் தங்கிக்கலாம். பக்கத்திலே கிணறு இருக்கு. காலைலகூட உங்க சவுகரியம் போல போகலாம்” என்றார்.

“இல்லைங்க. பூம்புகார்ல நாங்க தங்கறதுக்கு ஏற்பாடு பண்ணிட்டோம். பஸ் ரிப்பேராகி வர்றவரைக்கும் கொஞ்ச நேரம் தங்கினாப் போதும்” என்றாள், வார்டன்.

“என்னோட வாங்க” என்று இடுப்பிலிருந்து சாவிக்கொத்தை எடுத்துக் கொண்டு அவர் நடந்தார்.

பின்னால் எல்லோரும் தொடர்ந்தார்கள்.

வானம் ஒருமுறை இடித்துக் காட்டியது.

“மழை வர்ற மாதிரி இருக்கே...”

“இல்லைம்மா, வராது வந்தாலும் கவலைப்பட வேணாம். போன மாசம் புதுசா பள்ளிக்கூடத்துக்கு கூரை போட்டோம். ஒரு பொட்டு ஒழுகாது.”

வித்யா ஒரு பொம்மை மாதிரி நடந்தாள்.

லேசாக தலைவலி ஆரம்பித்தது

“ரொம்ப தூரம் போகணுமா சார்” என்றாள் வார்டன்.

“இதோ வந்துட்டோம். அதோ அதுதான் பள்ளிக்கூடம்.”

எல்லோரும் பார்த்தார்கள். வித்யாவும் பார்த்தாள்.

உடனே உடல் முழுக்க ஆயிரம் ஊசிகள் குத்தின மாதிரி உணர்ந்தாள்.

சரளாவின் கையைப் பிடித்தாள்.

“சரளா, இந்த பள்ளிக்கூடத்தை நான்... எங்கயோ பார்த்திருக்கேன்” என்றாள்.

லேசாகத் தூர ஆரம்பித்தது.

அத்தியாயம்... 5

"ட" வடிவத்தில் இருந்தது அந்த பள்ளிக்கூடம்.

மேலே ஓடு வேயப்பட்டிருந்தது. பக்கச் சுவற்றில் வட்ட வட்டமாய் வரட்டி தட்டி வைத்திருந்தார்கள். அதற்கு மேலே கிடைத்த செவ்வக காலி இடத்தில் சிவப்பு முக்கோண வாசகங்கள்.

நித்யாவின் கையை இறுக்கமாகப் பிடித்துக் கொண்டாள் வித்யா.

"இந்தப் பள்ளிக்கூடத்தை உண்மையாகவே நான் முன்னாடியே பார்த்திருக்கேன்டி..."

"அப்புறம் உளரலாம். மொதல்ல மழை பெரிசா வர்றதுக்குள்ளே பள்ளிக்கூடத்துக்குள்ளே போய்டலாம்" என்றாள் சரளா.

கிராமத் தலைவர் பூட்டைத் திறந்தார்.

மழைத் தூறல் சற்று வேகம் பிடிக்க... எல்லா மாணவிகளும் அவசரமாக பள்ளிக்குள் நுழைந்தார்கள்.

"இருங்க லைட்டு போட்டு விடறேன்" என்று போட்டார்.

பரிதாபமாக இரண்டு அறுபது வாட்ஸ் பல்புகள் கண் விழித்தன, தொங்கின நிலையில். நீளமான ஹால் ஆக இருந்தது. நடுவே இரண்டு தட்டிகள் வைத்து வகுப்பு பிரித்திருந்தார்கள். சுவர்களில் தார் பூசி கரும்பலகையாயிருந்தது. அதில் ஒரு சாக்பீஸ் பூனை.

"உங்க வண்டி வர்ற வரைக்கும் நீங்க இங்கேயே இருக்கலாம்மா" என்று வார்டன் புஷ்பாவிடம் சொல்லிவிட்டுப் புறப்பட்டார் பிரசிடெண்டு.

"மழை பெய்யுதே - நின்னதும் போங்க... ஜலதோஷம் பிடிக்கும்" என்றாள் புஷ்பா.

அவர் சற்று பலமாகச் சிரித்தார். "உங்களை மாதிரி பஞ்சு உடம்பு இல்லைம்மா இது. கிராமத்துக் கட்டை. நனையும், காயும். ஒண்ணும் ஆகாது. வரட்டுமா? போய் காவலுக்கு யாரையாச்சும் அனுப்பி வைக்கிறேன்."

மாணவிகள் மழைச்சாரலுக்கு உடம்பைச் சிலிர்த்துக் கொண்டார்கள். நிதானமாய் அதிக வேகம் இல்லாமல் மழை பெய்து கொண்டிருந்தது. அவரவர் லக்கேஜ்களை வைத்துவிட்டு அங்கங்கே உட்கார்ந்தார்கள்.

வித்யா கட்டம் கட்டமாகச் சட்டங்களினால் அமைந்திருந்த சன்னலின் வழியே, பெய்து கொண்டிருந்த மழையைப் பார்த்துக் கொண்டிருந்தாள். நிலவின் வெளிச்சத்தில் மரங்களின் கிளைகளில் மழைநீர் பட்டுத் தெறிப்பது தெரிந்தது. தூரத்தில் வீடுகள், குடிசைகள் நனைந்து கொண்டிருந்தன.

"உட்காரு வித்யா பிஸ்கெட் சாப்பிடலாம்" என்றாள் சரளா.

"எனக்கு வேணாம்."

சற்றுத் தள்ளி ஒரு பெட்ஷீட்டை விரித்து ஐந்து மாணவிகள் அமர்ந்து சீட்டுக் கட்டைக் கலைக்க ஆரம்பித்தார்கள். வார்டன் அவர்களை நோக்கி வந்து சத்தம் போட்டாள்.

"பாதி வழியில பஸ்சை ரிப்பேருக்கு அனுப்பிட்டு எங்கேயோ ஒரு கிராமத்துப் பள்ளிக்கூடத்தில மழையில வந்து மாட்டிக்கிட்டிருக்கோம். உங்களுக்கு விளையாட்டு கேக்குதா? லைட்டை அணைச்சுடுவேன். எல்லாரும் அமைதியா பேசிக்கிட்டு இருங்க. இல்லைன்னா படுத்து தூங்குங்க. வண்டி வந்ததும் எழுப்பறேன்."

வித்யா சரளாவின் பக்கத்தில் உட்கார்ந்தாள். மனதில் என்னவோ நிகழ்ந்து கொண்டிருந்தது. அமிலம் போல எதுவோ அவளை அரித்துக் கொண்டிருந்தது.

நித்யா அவள் காதில் டேப்ரிக்கார்டரின் கேட்கும் கருவியை மாட்டிவிட்டு, “கேளு, ஒரு வயலினுக்கு நம்மை அசத்துற சக்தி எவ்வளவு இருக்கு பாரு” என்று பட்டனை அழுத்தினாள்.

பக்க வாத்தியங்கள் என்று எதுவும் இல்லாமல் ஒரு ஒற்றை வயலின் இசை அடிமட்டத்தில் இருந்து சன்னமாகப் புறப்பட்டு தவழ்ந்தது. நடந்தது. பறந்தது. மிதந்தது.

வித்யா மவுனமாகக் கேட்டுக் கொண்டிருந்தாள் கண்களை மூடியிருந்தாள்.

மற்ற இருவரும் பிஸ்கெட்டு சாப்பிட்டார்கள். காற்றுத் தலையணைகளை எடுத்து ஊதினார்கள். பெட்ஷீட்டை விரித்து படுத்துக் கொண்டார்கள்.

“வித்யா, படுத்துக்கிட்டே கேளேன்” என்று அவள் தோளை தொட்டாள் சரளா.

அவளின் கையை வெடுக்கென்று தள்ளிவிட்டாள்.

“இரு அவள் வாசிக்கட்டும்” என்றாள் வித்யா.

“அவளா? யாருடி?” என்று நித்யாவைக் கேட்டாள் சரளா.

“என்ன பினாத்தறா இவள், குன்னக்குடி வாசிச்ச வயலினை அவங்கறா.”

அந்த இசை இதயத்தை ஊடுறுவியது. மேலெல்லாம் ஊர்ந்தது. நரம்பை எல்லாம் தொட்டுப் பார்த்தது. ஒவ்வொரு சொல்லிலும் புகுந்து பரவியது. மனசை கொக்கி போட்டு இழுத்தது.

சட்டென்று கைகளைத் தட்டினாள் வித்யா.

“பிரமாதம் கல்யாணி” என்றாள்.

வித்யாவை உலுக்கினாள் சரளா. டேப்பை அணைத்தாள் நித்யா.

“ஏய், கண்ணைத் திறடி...”

வித்யா இமைகளைப் பிரித்தாள். சலனமில்லாமல் பார்த்தாள்.

“உனக்கு என்ன ஆச்சு? ராத்திரி சரியா தூங்கலையா? குன்னக்குடியை பொம்பளையாக்கி கல்யாணிங்கறே...”

“கல்யாணி ராகத்தைச் சொல்லியிருப்பா அவள்.”

மவுனமாக இருந்தாள் வித்யா.

“வாயைத் திறந்து பேசேன்டி...”

“கல்யாணின்னு சொன்னேனா?”

“சரிதான். கனவு உலகத்தில் இருக்கியா மகாராணி... உன் பேரு வித்யா... நாங்க உன் பிரண்ட்ஸ். நாம டூர் வந்திருக்கோம். ஞாபகம் வருதா டூயட் முடிஞ்சி பூலோகம் வந்தாச்சா”

“விளையாடதீங்க. என்னடி சொன்னேன் நான்!”

“வயலின் கேட்டுக்கிட்டிருந்தே. நடுவிலே உன்னைக் கூப்புட்டோம். இரு. அவள் வாசிக்கட்டும்ன்னே... அப்புறம் நீயா கை தட்டினே... பிரமாதம் கல்யாணின்னே... என்னடி இதெல்லாம்?”

“தெரியலை” என்று மட்டும் சொல்லிவிட்டுப் படுத்துக் கொண்டாள் வித்யா.

கண்களை இறுக்கமாக மூடிக் கொண்டாள்.

“என்னடி சரளா, இவளைப் பார்த்தா பயமா இருக்குடி. உளர்றா அடிக்கடி”

“ச்சீ. தூக்கக் கலக்கத்திலே நாம உளறமாட்டமா? சரி, படு. பாரு, நம்மைத் தவிர எல்லாரும் படுத்துட்டாங்க, புஷ்பா பூனைகூட தூங்கியாச்சு. அங்கே பாரு. எப்படி ஏறி இறங்குது...”

“உனக்குப் பொறாமை சரி, படு...”

வித்யாவின் கண்களில் இருந்து கண்ணீர் புறப்பட்டு மெதுவாக தத்தளித்து பாதையமைத்து இறங்கி காதுகளில் இறங்கிக் கொண்டிருந்தது.

கல்யாணி

அந்த பெயர் மனசுக்குள் ஒரு நெகிழ்ச்சியை ஏற்படுத்தியது. கல்யாணி!

அந்த பெயர் உள்ளே பிராண்டியது.

கண்களைத் திறந்தாள் வித்யா.

நேர்மேலே கறுப்பு தார் பூசின பழைய பனஞ்சக்கைகள் குறுக்கு நெடுக்காக ஓடுகளைத் தாங்கிக் கொண்டிருந்தன. இரண்டு லைட்டுகளில் இப்போது ஒன்று மட்டும் எரிந்து கொண்டிருந்தது. கூரையின் ஒரு மூலையில் கமுக்கமாக ஒரு பூனை உட்கார்ந்திருந்தது.

ஏதோ ஒரு இடைவெளி வழியாக நீர் கசிந்து "சொட்" என்று ஒரு துளி வித்யாவின் முகத்தில் பட்டு தெரித்தது.

தலையை நகர்த்திப் படுத்தாள்.

யார் இந்த கல்யாணி எதற்காக அவள் பெயரைச் சொன்னேன் முன்பு சங்கர் என்று கத்தினேன். இதெல்லாம் என்ன?

தெய்வமே, எனக்குள் என்ன நிகழ்கிறது?

கண்களை மறுபடி மூடிக்கொண்டாள் வித்யா.

அறையில் இப்போது அனைவருமே உறங்கிவிட்டார்கள் வெளியே இன்னும் மழை நிற்காமல் பெய்து கொண்டிருந்தது. ஒரு முறை மியாவ்... என்றது பூனை.

வித்யாவை மெல்ல மெல்ல தூக்கம் தழுவியது.

அந்த குழப்பமான கனவு மறுபடி துவங்கியது. ஒற்றைக்கண் விடாமல் சிமிட்டியது. பிடரியைச் சிலிர்த்துக் கொண்டு குதிரை ஓடி வந்தது. காற்றில் சவுரி முடி துடித்தது. சிகப்பு ஐந்து பெரிதாகியது.

வித்யாவின் முகம் வியர்த்து இருந்தது.

ஜலஜலஜல என்று ஒரு நீரோடை ஓடியது கனவில். அப்புறம் கொலுசு கட்டி - கால்கள் இரண்டு அதன் ஒலியுடன் புதர்கள்

நடுவில் ஓடின. ஓர் அகலமான மரத்தில் பெரிய பொந்து. பொந்தின் வாயில் ஒரு தாமரைப் பூ இருந்தது. ஒரு சைக்கிளின் சக்கரம் வேகமாய் சுழன்றது.

"கல்யாணி" என்று ஒரு ஆண்குரல் ஒலித்தது.

வித்யா விழித்துக் கொண்டாள்.

அருகில் பார்த்தாள், தோழிகள் உறங்கிக் கொண்டிருந்தார்கள்.

எழுந்தாள். சன்னல் அருகே வந்து நின்றாள்.

மழை சற்று ஓய்ந்திருந்தது. ஆனாலும் தூறல் இருந்தது. ஓடுகளின் விளிம்புகளில் இருந்து துளிகள் சொட்டிக் கொண்டிருந்தன.

வித்யாவின் தோளில் யாரோ கைவைக்க...

அதிர்ந்து திரும்பினாள்.

வார்டன் புஷ்பா நின்று கொண்டிருந்தாள்.

"என்ன வித்யா எல்லாரும் தூங்கறாங்க. நீ தூங்கலை? என்ன பார்க்கறே சன்னல் வழியா? தூக்கம் வரவில்லையா?"

"மேடம்... மேடம்... எனக்கு பயமா இருக்கு மேடம்."

"என்ன இது என்னம்மா? கனவு எதுவும் கண்டியா?"

"ஆமாம் மேடம். விசித்திரமா என்னன்னமோ கனவு. நான் உடனடியா இந்த இடத்தைவிட்டுப் போகணும் மேடம்"

"பஸ் வரட்டும்மா. போகலாம். நான் பக்கத்திலே இருக்கேன். வா. வந்து என் படுக்கைல படு. என் பிளாஸ்க்குலே காபி இருக்கு. தர்றேன். குடிச்சுட்டு அமைதியா தூங்கு."

"ஒண்ணுமில்லை, தைரியமா இரு கனவு கண்டதுக்கெல்லாம் பயப்படறியே..."

"இல்லைங்க மேடம்..." என்று வித்யா எதுவோ சொல்வதற்கு முன் வார்டன் போய் பிளாஸ்க்கை எடுத்துக்கொண்டு வந்தாள்.

வித்யா காபி குடித்துவிட்டுப் படுத்தாள்.

புஷ்பா அருகில் அமர்ந்தாள்.

வித்யா மறுபடி உறங்க முயற்சிக்கையில்...

மறுபடி... நீரோடை சலசலத்து ஓடியது. கொலுசு கட்டின கால்கள் ஓடின. மரப் பொந்தில் மலர் இருந்தது. சைக்களின் சக்கரம் சுற்றியது.

“கல்யாணி” என்று ஆண் குரல்.

விசுக்கொன்று விழித்துக் கொண்டு மேலே பார்த்தாள் வித்யா.

பனஞ்சக்கை விட்டத்தில் இருந்து ஒரு தூக்குக் கயிறு தொங்கிக் கொண்டிருந்தது!

சத்தமாக அலறினாள் வித்யா.

அத்தியாயம்... 6

மயங்கிக் கிடந்த வித்யாவைச் சுற்றிலும் மாணவிகள் கவிழ்ந்து கொள்ள... அவர்களை அதட்டி விலக்கினாள், வார்டன்.

“முதல்ல எல்லாரும் தள்ளிப் போங்க. காத்தை விடுங்க. தண்ணி வேணும். யார் வச்சிருக்கிறது. கொண்டாங்க.”

ஒருத்தி பாட்டிலில் தண்ணீர் கொண்டுவந்து தர... வார்டன் புஷ்பா சரளாவின் மடியில் படுத்திருந்த வித்யாவின் முகத்தில் நீரைத் தெளித்தாள். கன்னத்தில் மெல்ல தட்டினாள்.

“வித்யா வித்யா, கண்ணைத் திறம்மா...”

வித்யா இமைகள் நடுங்க... கண்களைத் திறந்த பார்த்தாள்.

“என்னம்மா? எதுக்காக அலறினே?”

“மேடம், மேடம்... கயிறு...” என்றாள் வெறித்த பார்வையுடன்.

“என்ன கயிறு”

“தூக்குக் கயிறு.”

“என்ன வித்யா சொல்றே? என்ன தூக்குக் கயிறு? கனவா?”

“இல்லை மேடம். நான் பார்த்தேன்.”

“எங்கே பார்த்தே?”

“அதோ... அங்கே பார்த்தேன்” என்று மேலே விட்டத்தைக் காட்டினாள் வித்யா. அத்தனை பேரும் மேலே பார்த்தார்கள்.

"எங்கே ஒண்ணும் இல்லையே..."

"இப்போ கொஞ்சம் முன்னாடி நான் பார்த்தேன்"

"அமைதியா இரு வித்யா, ஏதோ பிரமை உனக்கு. எதையோ பார்த்து பயந்திருக்கே. தூங்கி நல்லா எழுந்திரிச்சா எல்லாம் சரியா போய்விடும். நான் உன் பக்கத்திலேயே இருக்கேன். தூங்கு எல்லாரும் போய் அவங்கங்க இடத்திலே படுங்க" என்றாள் வார்டன்.

மற்ற மாணவிகள் போய் படுத்துக் கொண்டார்கள்.

வார்டனிடம் சரளா சொன்னாள்.

"ரெண்டு நாளாவே இப்படித்தான், சம்மந்தமே இல்லாம பேசறா. சங்கர்ங்கறா... கல்யாணிகறா..."

"அப்படியா? மனசில ஏதோ பயம் தங்கிருக்கு. டூர் முடிஞ்சு சென்னைக்குப் போனதும் இவளுக்கு மந்திரிக்க சொல்லலாம். நம்ம விடுதியில் வேலை பார்க்கிற ஆயா சாண்முண்டீவரி மந்திரிப்பா. நீங்களும் படுங்க. வித்யா படும்மா. தைரியமா படு..."

வித்யா அமைதியாப் படுத்தாள்.

கொஞ்ச நேரத்தில் உறங்கிப் போனாள்.

ஒரு புது காலையின் தொடக்கத்தில் ராத்திரி மழையில் நனைந்த செடிகள் கதிரவனின் இதமான ஒளியில் தங்களை உலர்த்திக் கொள்ளத் துவங்கியிருந்தன. தரை இன்னும் ஈரம் காயாமல் மழையின் அடையாளத்தைச் சுமந்து கொண்டு படுத்திருந்தது.

முதலில் எழுந்துவிட்ட வார்டன் புஷ்பா கூடத்தின் வாசலுக்கு வந்தாள். அங்கே அவர்களின் பஸ் நின்று கொண்டிருக்க... சற்றுத் தள்ளி டிரைவர் வேப்பங் குச்சியால் பல் விளக்கிக் கொண்டிருந்தான்

"எத்தனை மணிக்குப்பா பஸ்ஸை கொண்டு வந்தே?"

"ராத்திரி மணி மூணாயிடுச்சிங்க. எல்லாரும் உறங்கிட்டிங்க. சரி, இனி ஏன் எழுப்பணும்னு நான் பஸ்ஸை இங்கேயே நிறுத்திட்டுப் படுத்துட்டேன். எத்தனை மணிக்குப் புறப்படலாங்க?"

"நம்ம திட்டப்படி இந்நேரம் பூம்புகார் விருந்தினர் மாளிகையில் இருக்கணும். அங்கேதான் குளிக்கிற வசதி, மற்ற எல்லா வசதிகளும் இருக்கு. இங்கே கிராமத்திலே ஆத்திலே குளிக்கிறத்துக்கு கூச்சப்படுவாங்க. எல்லாரையும் எழுப்பிடறேன். வேகமா பூம்புகார் போயி அங்கேயே குளிச்சிக்கலாம்" என்றாள் வார்டன்.

"சரிங்கம்மா"

வார்டன் மணி பார்த்தாள். ஆறே காலாகி இருந்தது. பள்ளிக் கூடத்திற்குள் வந்து எல்லோரையும் எழுப்பினாள். வித்யாவையும் எழுப்பினாள்.

"இப்ப எப்படி இருக்கு?"

"வித்யா சிரித்தாள், ஒண்ணுமில்லை மேடம். நான் எல்லாரையும் பதட்டப்பட வச்சிட்டேன்."

"பரவால்லை. எல்லாரும் அப்படியே புறப்படுங்கள் குளியல் எல்லாம் பூம்புகார்ல வச்சிக்கலாம்."

இந்த கருத்திற்கு பல மாணவிகள் எதிர்ப்பு தெரிவித்தார்கள்.

"குளிக்கிறது வேணுமின்னா பூம்புகார் போய் வச்சிக்கலாம், காலையில பல்லுகூட விளக்காமல் எப்படி இருக்கிறது மேடம்?"

"சரி, நான் நேத்தே விசாரிச்சுட்டேன். இந்த பள்ளிக்கூடத்துக்கு நேர் பின்னாடி போனால் ஒரு வாழைத் தோப்பு இருக்கு. அதைத் தாண்டி ஒரு ஓடை இருக்கு. உங்க பொருள்களை எல்லாம் இங்கே வச்சிட்டுப் போயிட்டு வாங்க. சரியா முக்கால் மணி நேரம் தான். அதுக்குள்ளே எல்லாரும் திரும்பி வந்துடுங்க. நான் இங்கேயே இருக்கேன்."

மாணவிகள் துண்டு, சோப்புப் பெட்டி, பிரஷ் எடுத்துக் கொண்டு சின்னச் சின்ன குழுவாகப் புறப்பட்டார்கள்.

சரளா, நித்யா, வித்யா மூவரும் தனியாகச் சென்றார்கள்.

வாழைத் தோப்பை நோக்கி நடக்கத் தொடங்கினார்கள்.

காலையின் அதிக வெப்பம் இல்லாத சூரியஒளி மேனியில் படிகையில் ஒரு புத்துணர்ச்சி தொற்றிக் கொண்டது. பெயர் தெரியாத பறவைகளின் ஒலிகள் சுகமாக இருந்தது. அங்கஙகே தேங்கியிருந்த மழை நீரை சின்னத் தாண்டலாகத் தாண்டி நடந்தார்கள்.

“என்ன வித்யா, ராத்திரி இப்படி ரகளை பண்ணிட்டே” என்றாள் சரளா.

“கலாட்டா பண்ணணும்னு எனக்கென்ன ஆசையா என்னையும் அறியாம எனக்குள்ளே என்னன்னவோ நடக்குது சரளா. ஒரு பயம் நிரந்தரமா என் மனசுல உக்காந்திருக்கு.”

“அப்படி எல்லாம் ஒண்ணுமில்லை. வார்டன் சொன்ன மாதிரி நீ எதையோ பார்த்து பயந்திருக்கே. ஊருக்குப் போயி மந்திரிச்சா எல்லாம் சரியாப் போய்டும். ஏதாவது சாவு வீட்டுக்குப் போனியா?”

“நான் எங்கேடி போனேன்?”

“சரி, விடு. சுதந்திரமா பயணத்தை அனுபவி. கலகலப்பா எப்பவும் மாதிரி பேசு. சரியாய்டும்.”

“வித்யா, உனக்கு நீச்சல் தெரியமில்லே?”

“தெரியும்.”

“பல்லு மட்டும் விளக்கிட்டு வாங்கடின்னு வார்டன் சொல்லிருக்காங்க. அது கிடக்கட்டும். நாம கொஞ்ச நேரம் ஓடையிலே நீந்தி குளிச்சுட்டே போய்டலாம், என்ன?” என்றாள் நித்யா.

“வேணாம் நித்யா. நேரமாயிடும். வார்டனுக்குத் தெரிஞ்சா கண்டபடி திட்டும்.”

“நேரத்துக்குள்ளே போயிடலாம். வேகமா நடங்க.”

மூவரும் வாழைத் தோப்பைத் தாண்டி நடந்தார்கள்.

வித்யா மனதில் குழப்பங்களை ஓரமாய் விலக்கி வைத்துவிட்டு கலகலப்பாய் பேசி நடந்தாள்.

கொஞ்சம் நேரம் கழித்து...

"அதோ பாரு ஓடை. எவ்வளவு தண்ணி இருக்கு... யம்மா!" என்றாள் சரளா.

தூரத்தில் "எஸ்" வடிவத்தில் வளைந்து வெளிச்ச பிரதிபலிப்புகளுடன் சன்னமான சத்தத்துடன் அமைதியாக ஓடையில் நீர் ஓடிக் கொண்டிருந்தது.

"என்ன வித்யா, நின்னுட்டே..."

"சரளா, இந்த நீரோடையை நான் ஏற்கனவே பார்த்திருக்கேன்."

"போச்சுடா, ஆரம்பிச்சிட்டியா மறுபடியும்?" என்றாள் சரளா.

"நேத்து என்னாடான்னா பள்ளிக்கூடத்தைப் பார்த்திருக்கேன்னே. இன்னிக்கு ஓடையைப் பார்த்திருக்கேன்கறே... விளையாடறீயா? நீ எப்படி இந்த கிராமத்துக்கு வந்தே"

"சத்தியமா வந்ததில்லை."

"பின்னே? எப்படி பார்த்திருக்க முடியும்?"

"இல்லை சரளா. எங்கேயோ பார்த்திருக்கேன். பளிச்சுன்னு என் மூளையிலே உறுத்துதே... நேத்து கனவிலே கூட இதே ஓடையைப் பார்த்தேன்."

"அம்மாடி வித்யா, உன்னோட உளறல் புராணத்தைக் கொஞ்சம் நிறுத்திகோ. டூர் வந்திருக்கிற இடத்திலே சந்தோசமா இருந்தோம்னு இல்லாமல் நீயும் குழம்பி மத்தவங்களையும் குழப்பறே..."

"சாரி" என்றாள் வித்யா.

பின் அவர்களோடு மவுனமாக நடந்தாள்.

இந்த ஓடையை எனக்குத் தெரியும் என்றது மனம் மறுபடியும்.

எப்படிச் சாத்தியம்!

இனி என் குழப்பங்களை இவர்களிடம் சொல்லி இவர்களின் சந்தோசமான பொழுதுகளை வீணாகக் கெடுக்கக் கூடாது.

எல்லாவற்றையும் அசோக்கிடம் சொல்ல வேண்டும் என்று தீர்மானித்தாள் வித்யா.

"என்ன வித்யா பேசாம வாறே? போரடிக்குது, ஒண்ணு நீ உளறிக் குழப்புவே. இல்லைன்னா மவுனத்தாலேயே கொன்னுடுவே."

"இல்லடி... என்ன பேசலாம் சொல்லுங்க ஒரு ஜோக் சொல்லட்டுமா"

"சொல்லுடி."

"ஒரு சின்னப் பையன் அப்பாக்கிட்டே பலூன் வாங்கித் தாப்பான்னு கேட்டானாம். அவங்கப்பா வாங்கித் தந்தாராம். இவன் அதை அவுத்து காத்தையெல்லாம் எடுத்துட்டு..."

"எடுத்துட்டு"

சஸ்பென்ஸ் பாக்கியை அப்புறம் சொல்றேன், ஓடை வந்தாச்சு. குளிங்க என்றாள் வித்யா.

"நீ?"

"நான் குளிக்கலைப்பா. நீங்கள் ரெண்டுபேரும் குளிங்க."

ஓடையின் கரைகளில் சற்று தூரங்களில் மற்ற மாணவிகள் பல் விளக்கிக் கொண்டு, முகம் கழுவிக் கொண்டிருக்க... சரளாவும் நித்யாவும் உடைகளைக் கழற்றி ஓரமாய் வைத்துவிட்டு பாவடையை மேலே ஏற்றிக் கட்டிக் கொண்டு ஓடையில் இறங்கினார்கள்.

கரையோரமாய் உட்கார்ந்த வித்யா அருகில் வளர்ந்து, காற்றில் ஆடிக்கொண்டிருந்த ரோஸ்நிறப் பூக்களைக் கிள்ளி நீரில் எறிந்துக்கொண்டு இருந்தாள் ஜிலுஜிலுவென்று ஓடின நீரைப் பார்த்தாள்.

ஜல்ஜல்... ஜல்ஜல்...

மனசில் இப்போது கொலுசு கட்டின கால்கள் ஓடின.

சைக்கிள் சக்கரம் சுழன்றது. பெரிய மரம். பொந்து. பொந்தில் தாமரைப் பூ... "கல்யாணி" என்று குரல் ஆழத்தில் கேட்டது.

தலையைச் சிலிர்த்துக் கொண்டு எழுந்த வித்யா ஓடையின் கரையோரமாக மெல்ல நடக்க ஆரம்பித்தாள்.

சரளாவும் நித்யாவும் ஒருவர் மீது ஒருவர் நீரை அடித்து விளையாடினார்கள். உல்லாசமாய் வெகுநேரம் குளித்துவிட்டுக் கரையேறினார்கள்.

"வித்யா எங்கேடி" என்றாள் சரளா.

"அதானே?" என்று பார்த்தாள் நித்யா.

மற்ற மாணவிகள் பள்ளிக்கூடத்தை நோக்கி தூரத்தில் நடந்து கொண்டிருக்க... கண்ணுக் கெட்டிய தூரம் வரையில்...

வித்யா இல்லை.

அத்தியாயம்... 7

சரளாவுக்கும், நித்யாவுக்கும் பதறியது.

“என்னடி இது, எங்கே போனாள் இவள்?”

“பஸ்சுக்கு போயிட்டாளோ?”

“நம்மகிட்டே சொல்லாமயா!”

“வேற யாராச்சும் கூப்பிட்டிருப்பாங்க. அவங்களோட போயிருப்பா. வேற எங்கே போயிருக்க முடியும்? வா, பஸ்சுக்குப் போகலாம்.”

இரண்டு பேரும் வித்யாவின் கவலையைத் தற்காலிகமாகத் தள்ளிப்போட்டு விட்டு அரட்டையடித்துக் கொண்டு பள்ளிக்கூடத்தை நோக்கி நடக்க ஆரம்பித்தார்கள்.

வாழைத்தோப்பு தாண்டி பள்ளிக்கூடத்தில் மாணவிகள் தலைபின்னிக் கொண்டு, பவுடர் அடித்துக் கொண்டு இருந்தார்கள். வார்டன் அவர்களை அவசரப் படுத்திக் கொண்டிருந்தாள்.

வித்யாவைத் தேடிய சரளா அவளைக் காணாமல் திகைத்தாள்.

“மேடம், வித்யா இங்கே வந்தாளா?”

புஷ்பா சுற்றிலும் பார்த்துவிட்டு, “வரலையே... எங்கே அந்தப் பொண்ணு? ஏற்கனவே உடம்பு சரியில்லை அவளுக்கு உங்க ரெண்டு பேரோடதானே வந்தாள்”

“ஆமாம் மேடம். நாங்க ரெண்டுபேரும் ஓடையிலே குளிச்சோம். அவள், நான் குளிக்கலைன்னு கரையில் உக்காந்திருந்தாள். நாங்க குளிச்சுட்டு கரையேறிப் பார்த்தால் ஆளைக் காணோம். நமக்கு முன்னாடி இங்கே ஒருவேளை வந்திருப்பான்னு நினைச்சு வந்தோம். இங்கேயும் இல்லை...” என்றாள் நித்யா.

வார்டன் அவர்கள் இரண்டுபேரையும் எரிப்பது போலப் பார்த்தார்.

“உங்களை யாரு குளிக்க சொன்னது? பஸ் நின்னு போனதே பெரிய வில்லங்கம், பத்தாததுக்கு புதுசா ஒண்ணு கொண்டு வர்றீங்க நீங்க. ராத்திரியே பயந்து அலறினவ அவள். அவளை தனியா விட்டுட்டு... உங்களை அப்புறம் பேசிக்கிறேன். வாங்க ரெண்டுபேரும் என்கூட போய் பார்க்கலாம். மத்த எல்லாரும் பஸ்ல ஏறி உக்காருங்க” என்று சொல்லிவிட்டு ஓடையை நோக்கி சரளா, நித்யா இருவரையும் அழைத்துக் கொண்டு வேகமாக நடந்தாள் புஷ்பா.

வழியெல்லாம் இருவரையும் திட்டிக்கொண்டே வந்தாள். உங்களை எல்லாம் எப்படி ஒழுங்கா இந்த டூரை முடிச்சி கொண்டுபோய் சேர்க்கப் போறேனோ என்று புலம்பினாள்.

அவர்கள் குளித்த இடத்திற்கு வந்தார்கள். சற்று வெயில் ஏறியிருக்க ஓடை எந்த சலனமும் இல்லாமல் சன்னமான ஒலியோடு அசைந்து கொண்டிருந்தது.

“இங்கேதான் மேடம் நாங்க குளிச்சோம்.”

“அவள் எங்கே இருந்தாள்.”

“இந்தப் பாறையிலேதான் உக்காந்திருந்தாள்.”

சுற்றிலும் பார்வையிட்டாள் புஷ்பா. ஒரு பக்கம் ஓடையைத் தாண்டி வயல்கள். பின்னணியில் பனைமரங்கள். மற்றொரு பக்கம் இவர்கள் நடந்து வந்த வாழைத் தோப்பு இன்னொரு புரத்தின்

தூரத்தில் அடர்த்தியாக மாந்தோப்பு. இவை தவிர அந்தச் சுற்றுப்புறத்தில், ஒரு குடிசைகூட இல்லை.

"என்னடி இது பிரச்சினை. இங்கே உக்காந்திருந்தவள் எங்கே போயிருப்பா. அதுவும் நீங்க குளிச்சுட்டு வர்றதுக்குள்ளே? தெரியாத ஊரு இது. குழப்பமான பொண்ணு. எனக்கு பயமா இருக்கு" என்றாள் வார்டன்.

"பள்ளிக்கூடத்துக்கு நிச்சயமா வரலை. ஓடையைத் தாண்டி அந்தப் பக்கமும் போகலை. ஏன்னா நீச்சல் தெரியாது. அந்த மாந்தோப்புக்கு போயிருக்கலாமோ மேடம்?"

"அங்கே எதுக்குப் போறா? அதுவும் உங்களை எல்லாம் விட்டுட்டு தனியா..."

"சும்மா நடப்போமேன்னு நடந்திருக்கலாம்."

"சரி, போனவள் திரும்ப வேணாமா?"

"போய்தான் பார்ப்போமே..."

மூவரும் தூரத்தில் இருந்த மாந்தோப்பை நோக்கி நடந்தார்கள்.

"நாம தங்கியிருக்கிற பள்ளிக்கூடத்தை பார்த்ததுமே நான் ஏற்கனவே இந்த பள்ளிக்கூடத்தைப் பார்த்திருக்கேன்னு சொன்னாள் மேடம். அதே மாதிரி இங்கே இந்த ஓடைக்கு வந்ததுமே இந்த ஓடையை இதுக்கு முன்னாடி பார்த்திருக்கிறதா சொன்னாள்."

"அவள் மனசுல ஏதோ கோளாறு இருக்குன்னு நினைக்கிறேன்."

வித்யாவின் விசித்திரமான நடவடிக்கைகளைப் பற்றி பேசியபடி அவர்கள் மாந்தோப்பை அடைந்தார்கள்.

நிறைய மரங்கள் இருந்தன. தோப்பைச் சுற்றி போடப்பட்டிருந்த மூங்கில் முள்வேலி அங்கங்கே சிதைந்து தோப்புக்குள் நுழைய தோதாய் இருந்தது. சற்று சேலையை உயர்த்தி ஒரு இடத்தில் வேலியை மூன்றுபேரும் ஜாக்கிரதையாகத் தாண்டினார்கள்.

"இது மாதிரி இத்தனை சிரமப்பட்டு இந்த வேலியைத் தாண்டி இந்த தோப்புக்குள்ளே வித்யா வந்திருப்பாளா என்ன? எனக்கு நம்பிக்கையில்லை."

உதிர்ந்திருந்த இலைகளில் காய்ந்து போனவை இவர்கள் நடக்கையில் சப்தித்தன. கிளைகளின் வழியாக வெளிச்சம் கொஞ்சமாய் தோப்புக்கு உள்ளே அனுமதிக்கப்பட்டிருந்தது.

"வித்யா" என்றாள் சரளா.

ஏதோ பறவை க்யூ... க்யூ... என்று பதில் சொன்னது.

தோப்புக்கு உள்ளே நடந்தார்கள். கைக்கெட்டிய தூரங்களில் மாம்பிஞ்சுகள் அசைந்தன.

"வித்யா" என்றாள் நித்யா.

மறுபடி பறவை ஒலி.

"இங்கே எல்லாம் இல்லை அவள். வாங்க போயிடலாம்" என்றாள் புஷ்பா.

"இருங்க மேடம்... அதோ பாருங்க" என்றாள் சரளா அவசரமாக.

அவள் காட்டிய திசையில் படபடப்புடன் பார்த்தார்கள். வித்யா ஒரு மரத்தினடியில் குப்புறப் படுத்திருந்தாள்.

ஓடிப்போய் அவளை நெருங்கினார்கள்.

அவள் தலையருகே அமர்ந்த புஷ்பா, "வித்யா... வித்யா... என்னம்மா?" என்று கவிழ்ந்திருந்த வித்யாவின் தலையைத் திருப்ப... அவளின் நெற்றியின் ஓரத்தில் ரத்தம் கசிந்து கொண்டிருப்பதைக் கண்டு திடுக்கிட்டாள்.

"தவறி கீழே விழுந்துட்டா போலிருக்கு. மயக்கமாயிட்டா. சரளா, உன் கர்சிப்பைக் கொடு" என்று வாங்கி வித்யாவின் தலையில் இருக்கமாகக் கட்டுப் போட்டாள்.

முகத்தில் படிந்திருந்த மண்ணைத் தட்டிவிட்டு, வித்யாவின் கன்னங்களைத் தட்டினாள் சரளா. "வித்யா கண்ணைத் திறந்து பாருடி..."

வித்யா கண்களைத் திறக்கவில்லை.

வித்யா கண்களைத் திறந்து பார்த்தபோது வார்டனிடம் டாக்டர் சொல்லிக் கொண்டிருந்தது கேட்டது.

"சின்ன காயம்தான். கட்டு போட்டிருக்கேன். ஊசி போட்டிருக்கேன். காயத்தினால் ஏற்பட்ட மயக்கம்தான். இப்ப எழுந்துடுவாங்க. இந்த மாத்திரைகள் கொடுங்க போதும்."

வித்யா தன் தலையில் போடப்பட்டிருக்கும் பாண்டேஜைத் தொட்டுப் பார்த்துக் கொண்டாள்.

வித்யா விழித்து விட்டதைப் பார்த்த வார்டன் அவள் அருகே வந்தாள். ஆழமாக சுவாசித்து மூச்சுவிட்டாள். "இப்பதான் எனக்கு உயிரு வந்திச்சி... ஏன் வித்யா நீ அந்த தோப்புக்குப் போனே" என்றாள்.

"சாரி மேடம்."

"நீ மயக்கமா கிடந்ததைப் பார்த்து பதறிப் போயிட்டோம். உன்னைத் தூக்கிட்டு பஸ்சுக்கு வந்து ஆடுதுறைக்கு வந்துட்டோம். இப்போ இங்கேர்ந்து நம்ம மிச்ச டூரை உன் உடல் நிலையை வச்சிதான் தொடர்றதா வேணாமான்னு முடிவு செய்ய இருக்கோம்."

"மன்னிச்சுடுங்க மேடம். என்னால உங்க எல்லாருக்குமே தொந்தரவு. எனக்கு ஒண்ணுமில்லை இப்போ. திட்டப்படி மிச்ச ஊர்களையும் பார்க்கலாம்."

சரளா ஒரு பக்கம், நித்யா ஒரு பக்கமுமாக வித்யாவை அணைத்தவாறு டாக்டரின் வீட்டிலிருந்து வெளியேற்றி வந்து, பஸ்சில் ஏறி அமர வைத்தார்கள்.

பஸ் பூம்புகாரை நோக்கிப் புறப்பட்டது.

"ரொம்ப வலிக்குதா?" என்றாள் சரளா.

“லேசாதான் வலிக்குது”

“ஏன் வித்யா நீ மாந்தோப்புக்குப் போனே?”

“சும்மாதான். நீங்க குளிக்கறத்துக்குள்ளே நடந்து போயிட்டு வரலாம்னு போனேன்.”

“ஏன் தோப்புக்குள்ளே போனே”

“உங்களுக்கு மாங்கா பறிச்சுட்டு வரலாம்னுதான்.”

“எப்படி காயம் ஏற்பட்டுச்சி.”

“ஒரு கிளையில் உயரத்தில இருந்த மாங்காயைப் பறிக்கிறதுக்காக எம்பிக் குதிச்சேன். தடுமாறி விழுந்தும் கீழே சாய்ந்து மயக்கமாயிட்டேன்” என்றாள் வித்யா.

அவர்களின் திட்டப்படி மற்ற ஊர்களுக்குச் சென்றார்கள். வித்யா அதிக உற்சாகமாயும் இல்லை. மிகவும் டல்லடிக்கவும் இல்லை. டூர் முடிந்து சென்னை திரும்பினதும் வார்டனின் அறைக்கு வந்தாள் வித்யா.

“மேடம், எனக்கு மனசு சரியில்லை. உடம்பும் சரியில்லை. நான் எங்க ஊருக்கு போய் ஒரு வாரம் இருந்துட்டு வர்றேன். காலேஜுக்கும் லீவு போட்டுடறேன்” என்றாள்.

“சரிம்மா. நானே சொல்லணும்னு இருந்தேன். உங்க அண்ணனுக்கு போன் பண்ணி வரவழைக்கலாமா?”

“அதெல்லாம் வேணாம் மேடம். நான் போயிடுவேன். எத்தனை தடவை போயிருக்கேன்.”

வித்யா அறைக்கு வந்து ஒரு பெட்டியில் தேவையானவற்றை எடுத்து வைத்துக்கொண்டு தோழிகளிடம் சொல்லிவிட்டு விடுதியை விட்டு வெளியே வந்து ஒரு ஆட்டோ பிடித்தாள்.

அந்த கட்டிடத்தின் வாசலில் இறங்கிக் கொண்டு படிகள் ஏறி மாடிக்கு வந்து அறை எண் 17-க்கு வந்து கதவைத் தட்டினாள்.

கதவைத் திறந்த அசோக் திகைத்தான்.

“வித்யா டார்லிங்! நீயா? நீயேதானா? வாம்மா கண்ணு... உள்ளே வா...” என்றான்.

உள்ளே வந்த வித்யா சொன்னாள்.

“அசோக், நீங்க உடனே என்கூட புறப்பட்டாகணும்.”

“எங்க?”

“நாம ரெண்டுபேரும் இப்பவே கடையப்பட்டி போறோம்” என்றாள்.

அத்தியாயம்... 8

பனியனும், லுங்கியும் அணிந்திருந்த அசோக் கையில் பெட்டியுடன் கழுத்தெல்லாம் வியர்வையுடன் படபடக்கிற வித்யாவைப் பார்த்தான் ஆச்சரியமாய்.

“என்ன சொன்னே?”

“நாம உடனடியா கடையப்பட்டி போகப் போறோம்னு சொல்றேன்.”

“கடையப்பட்டி உங்க ஊர் பேர் எலமனூர் இல்லே?”

“எலமனூர்தான். கடையப்பட்டி கும்பகோணம் பக்கத்திலே இருக்கு.”

“வித்யா. முதல்ல இந்த நாற்காலியில் உட்கார். எப்ப வந்தே டூர் முடிஞ்சி”

வித்யா அவன் காட்டிய நாற்காலியில் அமர்ந்தாள்.

“அசோக், டூர் முடிஞ்சி நாங்க திரும்பி ரெண்டு மணி நேரம்தான் ஆச்சி. சொந்த ஊருக்குப் போறதா சொல்லி காலேஜுக்கும் விடுதிக்கும் ஒரு வாரம் லீவு போட்டுட்டு நான் புறப்பட்டு நேரா இங்கே வந்துட்டேன். நாம கடையப்பட்டி பேகாணும் அசோக். பிளீஸ்...”

அசோக் அவள் அருகில் வந்து வித்யா மடியில் வைத்திருந்த பெட்டியை எடுத்து கீழே வைத்தான்.

"வித்யா, நீ ரொம்ப படபடப்பா இருக்கே. நிதானமா சொல்லு. முதல்ல தண்ணீர் குடி"

அசோக் எடுத்துத் தந்த நீரைக் குடித்தாள். மேசை மின் விசிறியை சுழலவிட்டு அவள் பக்கம் திருப்பி வைத்துவிட்டு அவளுக்கு அருகே மோடாவை இழுத்துப்போட்டு அமர்ந்துக்கொண்டு "சொல்லு. என்ன விஷயம்? கடையப்பட்டில என்ன?" என்றான்.

"அசோக், என்னை நினைச்சாலே எனக்கு பயமா இருக்கு."

"மறுபடியும் கனவா வித்யா?"

"ஆமாம். ஆனால் இன்னும் வித்தியாசமான கனவுகள். கனவைத் தவிர நினைவுகள் கூட இப்ப வித்தியாசமா வருது அசோக். முந்தியெல்லாம் அந்த குழப்பமான கனவு வர்றப்பெல்லாம் தலைவலி மட்டும்தான் இருக்கும். இப்போ அதைத் தவிர உடம்பெல்லாம் மனசெல்லாம் என்னவோ பண்ணுது. என்னால சரியா சொல்ல முடியலை. திடீர்னு நான் என்ன விட்டு விலகிடற மாதிரி தோணுது."

"என்ன? நீ உன்னை விட்டு விலகறியா? புரியலையே வித்யா?"

"எனக்கே சரியா புரியலையே..."

"இந்த டூர்ல ஏதாச்சும் வித்தியாசமா... ஏய்... இரு நெத்திகிட்டே தலை முடியை விலக்கு. இதென்னம்மா காயம்? எப்படி ஆச்சி"

அசோக்கே அவளின் நெற்றியோரம் வளைந்து மறைந்த தலைமுடிகளை விலக்கிக் காயத்தைப் பார்த்து திகிலடைந்து போனான்.

"சொல்றேன் அசோக்" என்று பஸ் நின்று போனதில் இருந்து சொன்னாள்.

"என்ன வித்யா சொல்றே நீ அந்த பள்ளிக்கூடத்தை அந்த ஓடையை நீ எப்படி இதுக்கு முன்னாடி பார்த்திருக்க முடியும்? நீ அந்த ஊருக்குப் போனதே இல்லைன்னு சொல்றீயே..."

“ஆமாம் அசோக் ஆனால் ஓடையையும், பள்ளிக்கூடத்தையும் பார்த்த உடனே என் மனசிலே என்னவோ ஒரு அரிக்கிற உணர்வு. மூளையிலே, நினைவு இருக்கிற மாதிரி நெருடல் ஏற்பட்டுச்சே...”

“தூக்குக் கயிறு தொங்கினதை பார்த்ததா சொல்றியே... பிரமைதானே?”

“இல்லை அசோக் என்னால நல்லா பார்க்க முடிஞ்சது.”

“ஆனால் மத்த யாரும் பார்க்கலையே...”

“எனக்கே கொஞ்சநேரம் கழிச்சு கண்ணுக்குத் தெரியலையே...”

“இது என்ன காயம்”

“குளிக்க போனதா சொன்னேனில்லையா ஓடை ஓரமா உக்காந்திருந்தப்போ மனசில அந்த பூ வச்ச பொந்துள்ள மரம்... சைக்கிள் சக்கரம் சுத்தறது எல்லாம் தோணிச்சு. அந்த கஷ்ட நினைவுகளை விலக்கறதுக்காக நான் மெதுவா நடந்தேன் கொஞ்ச தூரம் நடந்து வந்தப்போ ஒரு மாந்தோப்பு என் கண்ணில் பட்டுச்சி. என்னையும் மீறி அந்த தோப்புக்குள்ளே போகணும்னு எனக்குள்ளே ஒரு உந்துதல் ஏற்பட்டு... உள்ளே போனேன். கொஞ்சதூரம் போன நான் அதுவரைக்கும் என் நினைவில், கனவில் சந்திச்ச அந்த வித்தியாசமான மரப் பொந்தை ஒரு பெரிய அகலமான மாமரத்திலே பார்த்தேன். எனக்கு உடனே கிறு கிறுன்னு தலை சுத்திச்சி. தடுமாறி கீழே விழுந்து மயக்க மாயிட்டேன். அப்ப ஆன காயம்தான் இது.”

அசோக் அவளையே பார்த்துக்கொண்டு மவுனமாக இருந்தான்.

அவனின் கைகளைப் பிடித்துக்கொண்டு, ததும்பும் விழிகளுடன் பேசினாள் வித்யா. “சொல்லுங்க அசோக், இதுக்கெல்லாம் என்ன அர்த்தம்? எனக்குள்ளே நடக்கிற இந்த போராட்டங்களுக்கு என்ன காரணம், மனசில அடிக்கடி தோன்றுகின்ற சங்கர், கல்யாணிங்கற பேர்களெல்லாம் யாரு? எனக்கு ரொம்ப பயமா இருக்குங்க.”

“கண்ணைத் துடை வித்யா. இது ஒண்ணுமில்ல. உன் மனசில ஆழமா ஏற்பட்டிருக்கிற ஏதோ ஒரு பாதிப்பு. அவ்வளவுதான்

சரி பண்ணிடலாம். மனோதத்துவம் பத்தி எனக்குக் கொஞ்சம் தெரியும் மனித மனசுங்கறது ரொம்ப வித்தியாசமானது. ஏதாவது ஒரு அரிதான ஒரு சந்தர்ப்பத்திலே ஒரு சம்பவத்தையோ, ஒரு காட்சியையோ நாம ஏற்கனவே அதே மாதிரி சந்தர்ப்பத்திலே பார்த்த மாதிரி ஒரு உணர்வு மனசுக்குள்ளே சில வினாடிகள் தோன்றி மறையும். தீப்பெட்டியைப் பார்த்தால் குச்சியை எடுத்து உரசணும்னு தோணும். அதுவேகூட ஒரு மன விசித்திரம்தான். படிகளைப் பார்த்தா ஏறணும்னு தோணும். மூடியிருக்கிற எதையும் திறக்கணும்னு தோணும். மலைமேலிருந்து கீழே பார்த்தா மிக மெலிசா ஒரு எண்ணம். குதிக்கச் சொல்லும். அது மாதிரி நீ எதைப் பார்த்தாலும் அதை ஏற்கனவே பார்த்த மாதிரி உன் மூளை பிசகாம சொல்லுது. இந்த பெயர்கள், மரப்பொந்து இதெல்லாம் உன்னையும் அறியாம நீயா ஏற்படுத்திக்கிற கற்பனைகள்தான்."

வேகமாக தலையை அசைத்து மறுத்தாள் வித்யா.

"இல்லை அசோக், கற்பனை இல்லை. நீங்க எனக்கு ஆறுதல் சொல்றீங்க. பிளீஸ்... என்னோட புறப்பட்டு வாங்க..."

"கடையப்பட்டிக்கா? உன் நோக்கம் என்ன? எதுக்காக அங்கே போகணும்னு சொல்றே?"

"அங்கே போய் நாலு நாள் தங்கியிருந்தா என் குழப்பத்துக்கெல்லாம் விடை கிடைச்சுடும் அசோக். அங்கே போயே ஆகணும் அசோக்."

"உளறாதே வித்யா. அங்கே போய் உன் குழப்பம் அதிகரிச்சுட்டா?"

"அதுபத்தி எனக்குக் கவலை இல்லை. என் மனசுக்கு அங்கே நிச்சயமா சில விளக்கங்கள் இருக்கு, எத்தனையோ ஊர்களுக்குப் போயிருக்கேன். இந்த மாதிரி விசித்திர உணர்வுகள் எனக்குள்ளே ஏற்பட்டதில்லை."

"சரி, கடையப்பட்டி போகலாம். ஆனால் அதுக்கு முன்னாடி டாக்டர் பெலிக்சை ஒரு தடவை சந்திச்சுடலாம் வித்யா."

“அதெல்லாம் வேணாம் அசோக் மருந்து மாத்திரைகளால எந்த புண்ணியமும் இல்லை. என் கேள்விகளுக்கு மருந்து பதில் சொல்லாது.”

“மருந்துக்காக இல்லை வித்யா உன் பிரச்சினை மனம் சம்பந்தப்பட்டது. அவர் மன வைத்தியர். அவர்கிட்டே நடந்த சம்பவங்களைச் சொல்லி அவரின் அபிப்பராயங்களைத் தெரிஞ்சுக்காமல் நாமா எந்த முடிவும் எடுக்கக் கூடாது.”

“உங்களுக்காக வேணும்னா வர்றேன். ஆனால் அவசியம் நாம கடையப் பட்டி போறோம்.”

“சரி, இங்கேயே இரு. நான் போய் டாக்டருக்கு போன் பண்ணி இன்னிக்கு சாயங்காலத்துக்கு நேரம் வாங்கறேன். அப்புறம்... இவ்வளவு நேரம் கவலைகள் பற்றியே பேசிட்டோம். நம்ம காதலை கவனிக்கவே இல்லை பார்த்தியா?” என்று அவளின் இதழ்களை ஒரு விரலால் வருடினான்.

“அசோக், இந்த அன்பு என்மேல என்னைக்கும் இருக்குமா”

“அசடு... அன்புக்கென்ன? எனக்குள்ளே... ஒரு சுரங்கமே இருக்கு, உனக்காக. எந்த நிலையிலேயும் என் வித்யாவை எனக்குப் பிடிக்கும். இந்த மாதிரி சேலை ஒரு பக்கம் விலகி இருந்தா இன்னும் நிறைய பிடிக்கும்.”

குனிந்துபார்த்து சரி செய்துக்கொண்டு, “ச்சீ...” என்று கிள்ளினாள்.

டாக்டர் பெலிக்ஸ் தன் கண்ணாடியைக் கழற்றிக் கையில் வைத்துக்கொண்டு அருகே அமர்ந்திருந்த வித்யாவைப் பார்த்தார். எதிரில் அமர்ந்திருந்த அசோக்கைப் பார்த்தார்.

மவுனமாக மெல்ல எழுந்தார்.

“மிஸ்டர் அசோக், அடுத்த அறை என்னுடைய படிக்கும் அறை. அங்கே போகலாம் வாங்க. வித்யா, நீ இங்கேயே இரும்மா. வந்துடறோம்.”

டாக்டரும், அவரைத் தொடர்ந்து அசோக்கும் திரைச்சீலையை விலக்கிக் கொண்டு அடுத்த அறைக்குள் நுழைந்தார்கள். உள்ளே வந்து அங்கிருந்த சாய்வு நாற்காலியில் அமர்ந்து எதிரே அமரச் சொன்னார் அசோக்கை.

"அசோக், கைல என்ன வச்கிருக்கீங்க?" என்றார் டாக்டர்.

"போன தடவை நீங்க எழுதிக் கொடுத்த மருந்து சீட்டு"

"இங்கே கொண்டாங்க" என்று வாங்கி அதைக் கிழித்து காலடியில் இருந்த குப்பைத் தொட்டியில் போட்டார்.

"வித்யாவுக்குத் தேவைப்படறது இந்த மாதிரி டிரீட்மெண்டு இல்லை" என்றார்.

"பின்னே?"

"சொல்றேன், பிரமை நினைவுகளுக்கு ஆங்கிலத்திலே போபியான்னு சொல்லுவாங்க. நான்கூட இதை போபியான்னுதான் நினைச்சேன். ஆனால் வித்யாவுக்கு ஏற்பட்டிருக்கிறது வியாதி இல்லை நினைவுகள். அதாவது கடந்த கால நினைவுகள். சரியா சொன்னால் போன ஜென்மத்து நினைவுகள். இது என் சந்தேகம்தான். உறுதியா சொல்ல இப்ப முடியாது. வித்யாவுக்கு ரெண்டு தடவை மின்சார வைத்தியம் செஞ்சு பார்க்கலாம். அதிலே அவள் மனசு மாறதுக்கான சாத்தியங்கள் இருக்கு. ஆனால் அதை இப்ப செய்ய வேணாம்னு நினைக்கிறேன். இன்னும் கொஞ்சம் விஷயங்கள் வெளியில் வரட்டுமே... போன ஜென்ம நினைவு இந்த ஜென்மத்திலே ஏற்படறது சகஜமான விஷயம் இல்லை. மிக ஆபூர்வமான பல லட்சங்கள்ல ஒருத்தருக்கு ஏற்படற விசித்திர அனுபவம் இது."

"போன பிறவி நினைவுகள்னு நானும் யூகிச்சேன் டாக்டர். ஆனால் இதை அவளுக்கு வெளிப்படுத்தினால் ரொம்ப பயந்து போய்டுவான்னு என் யூகத்தைச் சொல்லலை."

"நானும் அதுக்காகத்தான் உங்களைத் தனியா அழைச்சேன். இந்த மாதிரி கேஸ்களை நம்ம நாட்டிலே, புரொபசரி பானர்ஜி

என்கிறவர் நுணுக்கமா ஆராய்கிறார் அவர்கூட கொஞ்ச காலம் இருந்த ஒரு மனோதத்துவ டாக்டர் குமாரி அகிலா இப்போ சென்னையிலதான் இருக்காங்க. நான் அவங்களுக்கு ஒரு கடிதம் எழுதித் தர்றேன். போன்ல நான் விளக்கமா பேசிடறேன். நீங்க. வித்யாவை அவங்ககிட்டே நாளைக்கே அழைச்சுக்கிட்டுப் போங்க. அவங்க என்ன சொல்றாங்களோ அப்படி நடந்துக்கங்க"

"சரி டாக்டர்."

"விலாசமும், கடிதமும் எழுதித் தர்றேன். தற்போதைக்கு வித்யாவுக்கு இதைப்பத்தி எதையும் தெரிவிக்க வேணாம்" என்று டாக்டர் பெலிக்ஸ் கடிதம் எழுதித் தந்தார்.

இருவரும் மறுபடி டாக்டரின் முன்னறைக்கு வருவதற்காக எழுந்தபோது... வித்யா இருந்த முன்னறையில் "கிலுங்!" என்று கண்ணாடி உடைகிற சத்தம் பலமாகக் கேட்டது.

9 அத்தியாயம்...

கண்ணாடி உடைகிற சத்தம் கேட்டதும் டாக்டர் பெலிக்சும், அசோக்கும் விரைவாக வித்யா இருந்த முன்னறைக்கு வந்தார்கள்.

முகமெல்லாம் புள்ளி புள்ளியாய் வியர்த்திருக்க... தரையை வெறித்துப் பார்த்துக் கொண்டிருந்தாள் வித்யா. இதயம் அவசரமாக இயங்கிக் கொண்டிருப்பதை மார்புகள் காட்டின.

தரையில் டாக்டர் தன் மேசையில் வைத்திருந்த கண்ணாடி தம்ளர் சின்ன, பெரிய துண்டுகளாய் உடைந்து சிதறியிருந்தது.

டாக்டர் வேகமாக வித்யாவின் அருகில் வந்து “என்னம்மா, கை தவறி கீழே விழுந்துடிச்சா? இதுக்காக ஏன் இப்படி வியர்த்துப் போய் நிக்கிறே. போனாப் போகுது பரவாயில்லை. நீ முகத்தைத் துடைச்சுக்கம்மா” என்றார்.

“டாக்டர், என்னை மன்னிச்சுடுங்க. நான்தான் தம்ளரை தரையில் எறிஞ்சு உடைச்சேன்.”

“ஏன்?”

“எனக்கு... எனக்கு... பயமா இருந்திச்சி.”

“என்னம்மா பயம்?”

ஒரு விரலை தரையில் உடைந்து கிடந்த துண்டுகளில் ஒன்றை நோக்கிக் காண்பித்துவிட்டு அவசரமாக முகத்தைப் பொத்திக் கொண்டாள் வித்யா. “இப்போ கூட பயமா இருக்கு டாக்டர்” என்றாள்.

டாக்டர் பெலிக்ஸ் நிதானமாக நடந்து வித்யா சுட்டிக் காட்டிய சற்றுப் பெரிதான கண்ணாடித் துண்டைக் கையில் எடுத்துப் பார்த்தார்.

அதன் மேற்பரப்பில் சிறகுகளை விரித்துக் கொண்டு பறக்கிற நிலையில் ஒரு கழுகின் உருவம் பெயிண்டு செய்யப் பட்டிருந்தது.

"கழுகுன்னா உனக்கு பயமாம்மா?"

"இத்தனை நாள் இப்படி ஒரு பயம் ஏற்பட்டது கிடையாது டாக்டர் அவளுக்கு" என்றான் அசோக்.

"நீங்க சும்மா இருங்க. நீ சொல்லும்மா, வித்யா, கழுகுன்னா உனக்கு சின்ன வயசிலேர்ந்தே பயமா?"

அவரின் கேள்விக்கு பதில் சொல்லாமல், டாக்டர் கையில் வைத்திருந்த அந்த கண்ணாடித் துண்டை சில வினாடிகள் பார்த்துவிட்டு... அவசரமாக அவர் கையில் இருந்து பிடுங்கி தூரமாய் எறிந்தாள்.

"சரி, பதில் எதுவும் சொல்ல வேணாம் நீ. அமைதியா இரும்மா" என்று சொல்லிவிட்டு அசோக் முதுகில் தட்டி "டாக்டர் அகிலாவை நீங்க சந்திக்கிறப்போ இந்த சம்பவத்தையும் மறக்காமல் சொல்லுங்க" என்றார்.

"யார் டாக்டர் அகிலா?" என்றாள் வித்யா.

"சொல்றேன் வா. நாங்க வர்றோம் டாக்டர்."

"அடுத்த வாரம் என்னை சந்திச்சு விபரங்களை சொல்லணும் நீங்க."

"நிச்சயமா டாக்டர், வர்றோம்."

வெளியே வந்தார்கள். அசோக்கின் பைக் புறப்பட்டது. அவன் இடுப்பை கைகளால் வளைத்துக் கொண்டு அமர்ந்திருந்த வித்யா மெல்ல கேட்டாள்.

"அசோக், என்மேல கோபம்தானே?"

"சேச்சே... எதுக்காக கோபப்படணும்?"

“நான் குழப்பமா நடந்துக்கறேன், உங்களைக் கஷ்டப்படுத்தறேன்.”

“அசடு மாதிரி பேசாதே. உனக்கு ஒரு பிரச்சினைன்னா அதிலே எனக்கு பங்கு இல்லையா? சந்தோசத்திலே மட்டும் பங்கு எடுத்துக்கறது மோசமான அன்பு வித்யா.”

“எனக்கு என்ன ஆச்சு அசோக்”

“ஒண்ணுமே இல்லை. மனதில் சில குழப்பங்கள்.”

“அதான் என்ன குழப்பங்கள் இது”

“அதைத் தெரிஞ்சுக்கதான் நாம டாக்டர்கிட்டே போறோம்.”

“டாக்டரா? இன்னொரு டாக்டரை சந்திக்கப் போறாமா?”

“ஆமாம். டாக்டர் அகிலாவை பார்க்கச் சொல்லி இந்த டாக்டர் சிபாரிசு செய்திருக்கார்.”

“வேணாம் அசோக். நான் சொல்றபடி செய்யுங்க.”

“என்ன செய்யணும்?”

“என்னை கடையப்பட்டிக்கு அழைச்சுக்கிட்டுப் போங்க. அங்கேதான் என் குழப்பங்களுக்கு பதில் இருக்கு.”

“டாக்டர் அகிலா அப்படிச் சொன்னால் நிச்சயமாக அழைச்சுக்கிட்டுப் போறேன். ஏன் வித்யா, இதுக்கு முன்னாடி எப்பவாவது கழுகு படத்தைப் பார்த்தா உனக்கு பயம் வந்திருக்கா?”

“இல்லை அசோக்.”

“பின்னே ஏன் அந்த கண்ணாடி தம்ளரை உடைச்சே?”

“எனக்கு புரியலை, அசோக். இறக்கையை விரிச்சுக்கிட்டு... அலகைத் திறந்துகிட்டு உர்ர்ர்ருன்னு பார்த்துக்கிட்டிருந்த அந்த கழுகைப் பார்த்ததுமே எனக்குள்ளே திடீர்னு நரம்பையெல்லாம் பிடிச்சி இழுத்த மாதிரி ஒரு உணர்வு ஏற்பட்டுச்சி. பெருசா ஒரு கறுப்புநிற போர்வை என்னை அணைச்சு வளைச்சுக்கிற மாதிரி இருந்திச்சி... ரொம்ப பயமாப் போச்சி... அதனால்தான் அதைத் தூக்கி எறிஞ்சேன்.”

அசோக் அமைதியாக பைக்கை ஓட்டினான்.

டாக்டர் அகிலாவின் வீடு சற்று பணம் மின்ன பெரிய பங்களாவாக இருந்தது. முன்புறம் முழுக்க புல்வெளி இருந்தது. தயாராய் ஒரு கார் நின்று கொண்டிருந்தது.

நடைபாதையில் பைக்கை ஓட்டி போர்ட்டிகோவில் காரின் அருகாக நிறுத்தினான் அசோக். வித்யா இறங்கிக் கொண்டாள்.

காரைத் துடைத்துக் கொண்டிருந்த டிரைவர் இவர்களைப் பார்த்து "யாரைப் பார்க்கணும் நீங்க" என்றான்.

"டாக்டர் அகிலா இருக்காங்களா"

"இருக்காங்க, வாங்க" என்று வீட்டின் உள்ளே அழைத்து வந்து வரவேற்பறையில் போடப்பட்டிருந்த பிளாஸ்டிக் நாற்காலிகளைக் காட்டி "உக்காருங்க சொல்றேன் அவங்ககிட்டே உங்க பேரு?" என்றான்.

"டாக்டர் பெலிக்ஸ் அனுப்பி வச்சதா சொல்லுங்க. இந்த லெட்டரை அவங்ககிட்டே கொடுங்க" என்று தந்தான் அசோக்.

வித்யா விழிகளை விரித்து அந்த அறையின் நுட்பமான அழகை ஆராய்ந்து கொண்டிருந்தாள். ஒரு பக்கத்தில் அழகாக பற்களைக் காட்டி ஒரு குழந்தை சிரித்துக் கொண்டிருந்தது. படத்திற்குக் கீழே "என்னைப் போல் சிரிக்கிறவர்களைத்தான் எனக்குப் பிடிக்கும்" என்று ஆங்கிலத்தில் அச்சடிக்கப்பட்டிருந்தது.

சற்றைக்கெல்லாம் சேலை சரசரக்கிற சத்தம் அவர்களை நெருங்கியது.

அகிலா வரவேற்பறைக்குள் வந்து அவர்களைப் பார்த்து மென்மையாய் புன்னகைத்தாள். கையில் டாக்டர் பெலிக்ஸ் எழுதின கடிதத்தை வைத்திருந்தாள். அவர்களுக்கு எதிரே ஒரு நாற்காலியில் அமர்ந்து கொண்டாள்.

அகிலாவைப் பார்த்ததும் அசோக் சற்று வியந்துப்போனான். இத்தனை இளமையோடும், அழகோடும், ஒரு கல்லூரி மாணவியின் தோற்றத்தோடு அவளைக் கற்பனை செய்யவில்லை அவன்.

அவர்கள் முதலில் தங்களை அறிமுகம் செய்து கொண்டார்கள். அகிலா அவர்களுக்கு டீ வரவழைத்துக் தந்தாள். கை இல்லாத ரவிக்கை அணிந்திருந்தாள்.

பேசினார்கள்.

நடுவில் எதுவும் பேசாமல் அசோக் வித்யாவைப் பற்றி அவளுக்கு நேர்ந்த அனுபவங்களைப் பற்றி விபரமாகக் கூறினதைக் கேட்டாள். பிறகு வித்யா பக்கம் திரும்பினாள். சற்று பெரிய அளவில் பொட்டு வைத்திருந்தாள்

“வித்யா, உனக்கு ஏற்பட்டிருக்கிறது என்னகிறதை உன்கிட்டேர்ந்து மறைக்கிறது தேவையில்லாத விஷயம். உனக்கு எந்தவிதமான மனநோயும் இல்லை. உன் அடி மனதிலே அமிழ்ந்து போயிருக்கிற நினைவுகளோட வெளிப்பாடுதான் இது. சில நிகழ்ச்சிகளின் நினைவுகள் சில உறைஞ்சி போயிருக்கு உனக்குக்குள்ளே. அந்த நினைவுகள்தான் இப்போ கனவுகளாயும் கண்ணுக்கு முன் நடக்கிற மாதிரியான பிரமை நினைவுகளாயும் தப்பிச்சு வெளிவருது.”

அகிலாவை ஆர்வமாய்ப் பார்த்தாள் வித்யா.

“நீ படிக்கிற பொண்ணு. ஓரளவு மனப்பக்குவம் அடைஞ்ச பொண்ணு. இந்த குழப்பங்களுக்காக நீ உன்னையே வதைச்சுக்கக் கூடாது. கவலையும் படக்கூடாது. இந்த அடியில் தங்கின நினைவுகளின் நிகழ்ச்சிகளில் நீயே சம்மந்தப்பட்டிருக்கணும்னு அவசியம் இல்லை. எப்பவோ யாரோ தனக்கு ஏற்பட்ட ஒரு சம்பவத்தைச் சொன்னபோது கேட்டுக்கிட்டிருந்த உன் மூளை தேவையே இல்லாமல் அந்த செய்தியை பதிவு செஞ்சிருக்கலாம். அது மாதிரி நீ படிச்ச கதைப் புத்தகங்களிலே ஏதோ ஒரு சம்பவம் இல்லை, வர்ணனை காரணமே இல்லாமல் நெஞ்சின் அடித்தளத்திலே தங்கியிருக்கலாம். பள்ளிக் கூடம், ஓடை, மரப்பொந்து இதெல்லாம் அப்படி உன் மனசிலே தங்கின ஒரு சம்மந்தமில்லாத வர்ணனையாகக்கூட இருக்கலாம். போன பிறவியின் நினைவுகள் அது, இதுன்னு இப்போதைக்கு நீயே

குழப்பிக்க வேணாம். போன பிறவியின் நினைவுகள் இந்த பிறவிவில் ஏற்படறது சகஜமான விஷயம் இல்லை. ரொம்ப அபூர்வம். பல லட்சங்கள்ல ஒரு வாய்ப்பு. அத்தனை சுலபமா அதை உறுதி செஞ்சிட முடியாது. உன் குழப்பங்களிலேர்ந்து நான் உனக்குக் கண்டிப்பா விடுதலை தர்றேன். அதுக்கு உன் முழு ஒத்துழைப்பு தேவை. நான் உன்கூட நிறைய பேசணும். நிறைய பழகணும். சிலநாள் நீ என்கூட என் வீட்டிலே தங்கி இருக்கணும் வித்யா, சரியா?"

வித்யா சங்கடமாக அசோக்கைப் பார்த்தாள்.

"எத்தனை நாள் மேடம்?" என்றான் அசோக்.

"குறைந்தது ஒரு வாரம்."

வித்யா பேசாமல் இருந்தாள்.

"வித்யாவின் நடவடிக்கைகளை, இயல்புகளை நான் தெளிவாக கவனிக்கணும். அப்பதான் நான் சில முடிவுகள் எடுக்க முடியும். மனதில் எங்கே பிசிறு இருக்குன்னு கண்டுபிடிக்கிறது சுலபமான வேலை இல்லை. உடம்பிலே பட்ட காயம் பளிச்சுன்னு தெரியும். மனப்பாதிப்பு அப்படியில்லை."

"சரி டாக்டர். நாளைக்குக் காலையிலே வித்யாவை நான் இங்கே கொண்டாந்து விடறேன். உங்க விருப்பப்படி நடந்துக்க நாங்க தயார். தொல்லைகள் நீங்கணும். உங்களுக்கு... பீஸ்..." என்று இழுத்தான் அசோக்.

"மிஸ்டர் அசோக், நான் மன வைத்திய நிபுணர் ஆனதே எனக்கு இந்தத் துறையில் ஏற்பட்ட அதிகமான ஆர்வத்தினாலதான். பணம் சம்பாதிக்க இல்லை. நான் அரசாங்க மருத்துவமனையில் வேலை செய்யலை. தனியாவும் வைத்தியம் பார்க்கலை. மனோவியாதி இது மாதிரி போன பிறவி நினைவுகளின் பாதிப்பு அடைஞ்சவங்க... இவங்களை ஆராய்ச்சி செய்றதுதான் என் வாழ்க்கைன்னு என்னை நான் இதிலே ஈடுபடுத்திக்கிட்டேன். வேண்டிய பணம் எங்கப்பா சம்பாதித்து வச்சுட்டார். வித்தியாசமான

கேள்விகளுக்காக காத்திருக்கிறவள் நான். பணம் பத்தி கவலைப்பட வேணாம். கொள்ளை அடிக்கமாட்டேன். இங்கே வீட்ல என் தம்பி ஒருத்தனும், அப்பாவும் இருக்காங்க. வித்யா, உன்னை நாளைக்கு அவசியம் எதிர்பார்க்கிறேன்" என்று சொல்லிவிட்டு எழுந்துக் கொண்டாள் அகிலா.

கைகூப்பிவிட்டு அசோக்கும், வித்யாவும் வெளியேறினார்கள். உள்ளே அறைக்கு வந்த அகிலா டெலிபோனை எடுத்து எண்களைச் சுழற்றிக் காத்திருந்து "புரொபசர் ராவ் இருக்காரா" என்றாள்.

அத்தியாயம்... 10

மறுமுனையில் புரொபசர் ராவ் பேசுவதற்காக டெலிபோனின் ரிசீவரை தோளில் தாங்கிக் காத்திருந்தாள் டாக்டர் அகிலா.

"அலோ... புரொபசர் ராவ் பேசறேன்" என்று கணீரென்று குரல் வந்தது.

"குட் மார்னிங் சார். நான் அகிலா பேசறேன். ஒரு சந்தோசமான செய்தி."

"என்னம்மா சொல்லு"

"தனிப்பட்ட முறையிலே நான் மட்டும் ஒரு மறுபிறவி மனிதனை சந்திச்சு அவனை ஆராயணும்னு துடிச்சிக்கிட்டிருந்தேன் இல்லையா, எனக்கு இப்போ அந்த வாய்ப்பு கிடைச்சிருக்கு."

"அப்படியா? சந்தோசம், நல்வாழ்த்துக்கள் இப்போதே, யாரும்மா?"

"வித்யான்னு ஒரு கல்லூரி மாணவி. இப்பதான் ஆரம்ப கட்டம். மறுபிறவி தானான்னு இன்னும் நான் ஊர்ஜிதம் பண்ணலை. நாளையிலேர்ந்து ஒரு வாரம் இங்கே என் வீட்ல அவளை தங்கச் சொல்லிருக்கேன்."

"ரொம்ப நல்லது. அகிலா, ஒண்ணு மட்டும் சொல்றேன்."

"சொல்லுங்க சார்."

"உன்னுடைய ஆராய்ச்சியைவிட ஒரு உயிர் முக்கியமானதுங்கறதை நீ உணர்றவள்தானே?"

"நிச்சயமா சார்."

"அப்ப சரி. நீ குறிப்பிட்ட அந்தப் பெண்ணுக்கு தன் பழைய பிறவியின் நினைவுகள் இப்பதான் லேசா வர ஆரம்பிச்சிருக்கு. அப்படித்தானே?"

"ஆமாம் சார்."

"இன்னும் அந்தப் பெண்ணே தனக்கு போன ஜன்ம நினைவுகள் இப்போ ஏற்படுதுன்னு உணரலைதானே."

"ஆமாம் சார்."

"சரளமா பேசறாளா?"

"பேசறாள்."

"வித்தியாசமான பார்வை, நடவடிக்கை, அதிகமான மவுனம் இதெல்லாம் அந்தப் பொண்ணுக்கு வந்துடிச்சா"

"இல்லை சார். சகஜமா நார்மலா இருக்காள்."

"தனக்கு ஏற்பட்ட சில அனுபவங்களை அவளால் தெளிவா சொல்ல முடியும், இல்லையா?"

"தெளிவா சொன்னாள்."

"அப்படின்னா இது ரொம்ப ஆரம்பநிலை அகிலா. மறுபிறப்புங்கிறது எத்தனையோ லட்சங்களில் ஒண்ணுதான் உணரப்படுது. ஆனால் முழுக்க அந்தப் பெண்ணுக்கு தன்னோட கடந்த பிறவியின் நினைவுகள் வந்துடிச்சின்னா... என்ன ஆகும்னு உனக்கு சொல்ல வேண்டியதில்லை. இந்த பிறவியின் உறவுகளை... உண்மை நிலையை உணர்ற சக்தியை நிச்சயமா இழந்து விடுவாள். ரொம்ப சிக்கலான அபாயகரமான ஒரு மனநிலை ஏற்பட்டுப் போய்விடும் அந்தப் பெண்ணுக்கு. மன எதிர்ப்புசக்தி குறைவா இருக்கிறவங்களுக்கு உடனடியா பைத்தியம் பிடிச்சுடும்."

"இதையெல்லாம் எதுக்காக சொல்றீங்க?"

"அகிலா, உன் ஆராய்ச்சியைவிட... முளைவிடத் தொடங்கியிருக்கிற அந்த பழைய நினைவுகளை அவளிடம்

இருந்து பிடுங்கி எறியறத்துக்கான முயற்சிகளைச் செய்யச் சொல்றேன். மின்சார அதிர்ச்சிகளைக் கொடுத்து, அவள் மனதைக் கழுவம்மா. அவளுக்குத் தேவை அந்த போன பிறவியின் நினைவுகள் இல்லை. இந்தப் பிறவியின் நிம்மதியான வாழ்க்கை பழைய உண்மைகள் தெரியறதனாலே என்ன லாபம்? குழப்பம்தான் வரும். யோசனை செய் அகிலா. வச்சிடட்டுமா?”

புரொபசர் ராவ் மறுமுனையில் போனை வைத்த பிறகும், டாக்டர் அகிலா கொஞ்ச நேரம் போனை வைக்காமல் கையில் பிடித்திருந்தாள்.

“இப்படித்தான் கசாமுசான்னு ரூமை வச்கிக்கிறதா! எங்கே பார்த்தாலும் ஒரே குப்பை” என்றாள் வித்யா.

அசோக் சிரித்துக் கொண்டான்.

“வித்யா, பிரம்மச்சாரியின் அறை அப்படித்தான் இருக்கும். இன்னிக்கு மட்டும்தானே நீ இங்கே தங்கப் போறோ நாளையிலேர்ந்துதான் டாக்டர் அகிலா வீட்டுக்குப் போய்விடுவியே...”

“அசோக், எனக்குப் பிடிக்கவே இல்லை.”

“உன் நன்மைக்காகதானே வித்யா?”

“ஆனால் கடையப்பட்டி போகணும்னு மனசு துடிக்குது அசோக்.”

“போகலாம் வித்யா.”

வித்யா பேசிக்கொண்டே கலைந்து கிடந்த பொருள்களையும், புத்தகங்களையும் சரியாக அடுக்கிக் கப்போர்டில் வைத்தாள்.

அசோக் லுங்கியைக் கட்டிக்கொண்டு பாண்டை உருவி கொடியில் போட்டுவிட்டு நாற்காலியில் அமர்ந்த போது...

வித்யா திடீரென்று அவன் அருகில் ஓடிவந்து அவனை அணைத்துக் கொண்டாள். அறையின் ஒரு மூலையை நோக்கிக் கையை நீட்டினாள். முகமெல்லாம் வியர்த்துப் போக... “அசோக்! அசோக்!” என்று மட்டும் சொன்னாள்.

"என்னம்மா? என்ன உனக்கு?" என்று அவள் காட்டிய திசையில் பார்த்தான். தரையில் காகிதக் குப்பைகளைத் தவிர வேறு எதுவும் இல்லை.

"அசோக், எனக்கு பயமா இருக்கு"

"ஏனம்மா? என்ன காமிக்கிறே நீ"

"அங்கே... அங்கே..."

"அங்கே என்ன? ஒரு கரப்பான் பூச்சிகூட, இல்லையே... குப்பைதான் கிடக்கு..."

வித்யா எச்சில் விழுங்கினாள். அவன் உடல் மெலிதாக நடுங்கத் தொடங்கியது. அசோக்கின் கைகளை இறுக்கமாகப் பற்றிக் கொண்டாள்.

"அங்கே... க... கழுகு!" என்றாள்.

அவளை விலக்கி அந்த காகிதக் குப்பையை நோக்கி நடந்த அசோக் குப்பையை உற்றுப் பார்த்தான். காகிதங்களுக்கு நடுவே கழுகு மார்க் சீக்காய் தூளின் காலி கவர் கிடந்தது. அதில் கழுகின் படம் அச்சாகி இருந்தது. குனிந்து எடுத்தான்.

"இதைப் பார்த்தா பயந்தே?" என்று சிரித்தான்.

"அதைத் தொடாதீங்க... என்கிட்டே வராதீங்க..." என்று கத்தினாள் வித்யா.

அசோக் அவசரமாக காகிதத்தைக் கசக்கி ஜன்னலின் வழியாக வீசியெறிந்தான். பிறகு அவளை நோக்கி வந்தான்.

"வீசிட்டேன் வித்யா. பயமில்லை. கண்ணைத் திற" என்று அவளை ஆசுவாசப் படுத்தினான். "நீ அவசியம் அகிலா வீட்ல இருக்கத்தான் வேணும் வித்யா. பாரேன், ஒரு காகிதப் படத்துக்கு எப்படி நடுங்கிட்டே"

கொஞ்ச நேரம் அமைதியாய் பார்த்தாள்.

"என்னமோ தெரியலை. கழுகு படத்தை பார்த்ததுமே இப்பல்லாம், உள்ளே ஜிகுஜிகுன்னு எரியுது அசோக்."

“சரியாய்டும். கொஞ்சம் ஓய்வு எடுத்துக்கோ, டேப்ரிக்கார்டர்ல பாட்டு கேளு. மனதை லேசா வச்சிக்கோ. வித்யா, எல்லாம் சரியாய் போயிடும்” என்று ஆறுதல் சொன்ன அசோக் அப்பொழுதுதான் அவளைப் பற்றி சற்று ஆழமாகக் கவலைப்படத் தொடங்கினான்.

கடற்கரை ஓரமாக அகிலாவின் கார் நின்றிருந்தது.

அதில் வந்தது அகிலா அல்ல. அவளின் தம்பி பூபதி.

பூபதியின் அருகே வாளிப்பான அந்தப் பெண் நின்றுக்கொண்டு மிளகாய்ப் பொடி தடவின வெள்ளரிப் பிஞ்சைக் கடித்துக் கொண்டிருந்தாள். அவளின் இடையில் சேலையின் கட்டு அடிவாரத்தில் இருந்தது.

“வெயில் அதிகம் இல்லை?” என்றாள் அவள்.

“இல்லை நீ பக்கத்திலே இருக்கிறதாலே எனக்கு வெயில் உறைக்கலை லதா. அப்போ சாயங்காலம் தியேட்டருக்கு வந்துடறே தானே?” என்றான் பூபதி.

பூபதி ஒல்லியாய் ஆனால் தலைமட்டும் சற்று பெருத்து இருந்தான். பொருந்தாத வகையில் ஒரு மீசை வைத்திருந்தான் உடம்பெங்கும் வெளிநாட்டுப் பொருள்களாகப் பூட்டியிருந்தான். சென்ட் பாட்டிலைத் துறந்து உள்ளே இறக்கி நீந்திவிட்டு நேராய் வந்திருந்தான் ஒரு சிகரெட்டு முடிந்த வினாடியே அடுத்த சிகரெட்டு பற்ற வைத்துக் கொண்டான்

“வந்துடறேன்” என்றாள் லதா. “அப்புறம்... கல்யாணம் பத்தி என்ன முடிவு செஞ்சிங்க பூபதி”

“என்ன அவசரம் லதா? இப்பதானே தியேட்டருக்கு சேர்ந்து போக ஆரம்பிச்சிருக்கோம். இன்னும் எவ்வளவு இருக்கு? அதுக்குள்ளே என்ன அவசரம்?”

“விளையாடாம சொல்லுங்க.”

“விளையாடிட்டு சொல்றேனே.”

“குறும்பு வேணாம்.”

"குறும்பு வேணும்ங்கறேன்."

"பூபதி, பதிலை சொல்லுங்க."

"தியேட்டர்ல சொல்றேன் விளக்கமா. ஓ கே!" என்று பூபதி காரைக் கிளப்பினான். லதா மலர்ச்சியாய் கையசைத்தாள். பதிலுக்கு அசைத்துவிட்டு சாலையில் செலுத்தி சீறினான்.

ஒரு பொது தொலைபேசிக் கூண்டைப் பார்த்ததும் நிறுத்தினான். இறங்கி உள்ளேப் போய் எண்களை சுழற்றி, காசு போட்டு பேசினான்.

"அலோ ரம்யா... நம்ம பயணத்திலே மாற்றம் இல்லையே? நாளைக்கு மகாபலிபுரம் போறாமில்லையா? சரிசரி. நீச்சல் உடையை மறக்காம எடுத்துக்கோ. என்ன பயம் உனக்கு? உன்னைக் கட்டிக்கப் போறவன்தானே நான்? முழுங்கிடவாப் போறேன்? ஓ. கே..."

மறுபடி காரை ஓட்டி வீட்டிற்கு வந்து நிறுத்தினான்.

வீட்டிற்குள் இருந்து அசோக் அப்போதுதான் வெளியே வந்தான். அவனை அலட்சியமாய் பார்த்து குளிர் கண்ணாடியைக் சுழற்றிக் கொண்டு வீட்டுக்குள் நுழைந்த பூபதி திகைத்தான்.

தன் அக்கா அகிலா ஒரு அழகான தேவதையோடு நின்று கொண்டிருப்பதைப் பார்த்து பிரமித்துப் போனான்.

"வா பூபதி. அறிமுகப்படுத்தறேன், இவள் பேரு வித்யா" என்றாள் அகிலா.

வித்யாவின் மீது விழுந்த பார்வையைக் கொஞ்சமும் நகர்த்தாமல் அவர்களை நெருங்கி வந்த பூபதியின் மேல்...

திடீரென்று வேகமாய்ப் பாய்ந்தாள், வித்யா.

11 அத்தியாயம்...

பூபதியின் மேல் திடீரென்று பாய்வாள் வித்யா என்று டாக்டர் அகிலா எதிர்பார்க்காததால் சில வினாடிகள் எதையும் தீர்மானிக்க இயலாமல் அதிர்ந்து நின்றாள்.

பூபதி தடுமாறிப் போனான்.

வித்யாவின் கையில் இப்போது பூபதியின் பெல்ட்டின் பக்கிள்ஸ் இருந்தது. அதை வெறித்தனமாய்ப் பிடுங்கி கையோடு எடுத்து தூரமாக வீசினாள் வித்யா, அதற்கு பிறகு அவனை விட்டுவிட்டு, அவசரமாக மூச்சுவிட்டு பிரமையில் நின்றாள்.

"என்னக்கா இது?" என்றான் பூபதி.

அகிலா நிதானமாய் நடந்து வித்யா பிடுங்கி வீசி எறிந்த உலோகத் தகட்டைக் கையில் எடுத்தாள்.

அதில் ஒரு கழுகின் படம் இருந்தது.

அகிலா தலையை அசைத்துக்கொண்டு பூபதியிடம் வந்து அவனிடம் பெல்டின் பக்கிள்சைக் கொடுத்துவிட்டு, "பூபதி, நீ உன் ரூமுக்குப் போ, உனக்கு அப்புறம் விளக்கமா சொல்றேன்" என்றாள்.

பூபதி திரும்பி வித்யாவை ஒருதரம் பார்த்தான். சேலையின் தலைப்பு விலகினதைக் கவனிக்காமல் ஒரு பக்கச் சுவரையே வெறித்துக் கொண்டிருந்தாள்.

மாடிப்படிகளில் ஏறின பூபதி நின்று, "அந்தப் பொண்ணு நம்ம வீட்ல தங்கப் போவுதாக்கா" என்றான்.

"ஆமாம் பூபதி. கொஞ்ச நாள்."

"அப்ப சரி" என்று மறுபடி வித்யாவைப் பார்த்துவிட்டு மேலே விறுவிறுவென்று ஏறினான்.

அகிலா வித்யாவிடம் வந்து அவள் கையைப் பற்றி "உட்காரு" என்றாள்.

வித்யா உடனே அமர்ந்தாள். அவளின் மார்புகள் இன்னும் அவசரமாய் ஏறி, இறங்கிக் கொண்டிருந்தன. படபடப்பு அவள் முகத்தில் குறையவே இல்லை.

"ஏன் வித்யா, உனக்கு எந்தப் பறவையை ரொம்ப பிடிக்கும்?" என்று கேட்டாள் அகிலா.

வித்யா பதில் சொல்லாமல் தரையைப் பார்த்தாள்.

"தைரியமா இரு வித்யா. ஒண்ணுமில்லை" என்று அவளின் தோளைத் தட்டி, "என்னைப் பாரு. சொல்லு, எந்த பறவை பிடிக்கும்."

வித்யா சேலைத் தலைப்பால் கழுத்தைத் துடைத்துக்கொண்டு, தன்னை பரபரப்பிலிருந்து மீட்டுக் கொண்டு, "சிட்டுக் குருவி" என்றாள்.

"உங்க ஊர்ல நீ சின்ன வயசிலே குருவி வளர்த்திருக்கியா வித்யா?"

"ஓ..."

"எப்படி? கூண்டிலே வச்சா?"

"இல்லை. எங்க வீட்டு அறை சுவத்திலே மாட்டியிருந்த எங்க தாத்தாவோட போட்டோவுக்குப் பின்னாடி ஒரு குருவி வைக்கோல், மரக்குச்சி எல்லாம் வச்சி கூடு கட்டிச்சி அது பறந்து வர்ற நேரமெல்லாம் நான் அதுக்கு தானியம் போடுவேன். அவ்வளவுதான்."

"அப்புறம் அந்த குருவி என்ன ஆச்சி"

"தன் பெட்டைக் குருவியையும் கூட்டிக்கிட்டு வந்திச்சி. ரெண்டு குஞ்சுக் குருவி பிறந்திச்சி."

“அப்புறம்?”

“ஒருநாள் ரெண்டு குஞ்சுக் குருவிகளும் பின் தோட்டத்திலே தரையிலே தத்தி தத்தி பறக்கறதுக்கு பழகிட்டு இருந்தப்போ... சடசடன்னு ஒரு கழுகு வந்து ரெண்டையும் கவ்விக் கிட்டு போயிடுச்சி. அதிலேர்ந்து பெரிய குருவிகள் வீட்டுக்கு வரலை.”

அகிலா வித்யாவின் தலையை ஆறுதலாகத் தடவினாள், மெல்ல புன்னகை பூத்தாள்.

“சரி வித்யா, உனக்கு ஒதுக்கியிருக்கிற அறைக்குப் போய் நீ ஓய்வு எடுத்துக்கோ. நிறைய புத்தகங்கள் இருக்கு படி. வேற எதாவது வேணும்னாலும் கேளு.”

வித்யா மாடிப்படிகள் ஏறி அவளுக்காக ஒதுக்கப் பட்டிருந்த அறைக்குள் வந்தாள். சகல வசதிகளும் இருந்தன. புத்தக அலமாரியில் வரிசையாக சிப்பாய்களைப் போல புத்தகங்கள் நின்றன. ஒரு புத்தகத்தை எடுத்துக் கொண்டு படுக்கையில் அமர்ந்தாள்.

தன் கம்பெனியின் அலுவலகத்தில் விற்பனை மேலதிகாரியின் அறைக்குள் செல்வதற்காக பியூனிடம் தன் பெயரைச் சொல்லி அனுப்பிவிட்டு நண்பனின் அருகே நாற்காலியில் அமர்ந்திருந்தான் அசோக்.

“என்ன அசோக், காதல் எவ்வளவு தூரத்திலே இருக்கு?”

“இங்கேர்ந்து நாலு கிலோ மீட்டர் தூரத்திலே இருக்கு. டாக்டர் அகிலான்னு ஒரு மனநோய் டாக்டர் வீட்ல இருக்கா இப்போ, வித்யா.”

“உன்னை காதலிச்சப்பவே நினைச்சேன், இந்த மாதிரி அந்தப் பொண்ணுக்கு ஆயிடும்னு... என்னப்பா ஆச்சி”

“மனசிலே ஏதோ குழப்பங்கள் அவளுக்கு. ஏன் சுரேஷ், நீ மறுபிறவியை நம்புறியா?”

“நம்பவும் முடியலை. நம்பாம இருக்கவும் முடியலை. வேற வேலை இல்லாமலா இதிலே பலபேர் ஆராய்ச்சி செய்வாங்க?”

ஒலித்த டெலிபோனை எடுத்தான் சுரேஷ்.

"அலோ... ஆமாம் - இதுதான் இருக்காரே... இருங்க... பேசச் சொல்றேன்" என்று அசோக்கிடம் நீட்டினான். "உனக்குதான் போன்."

வாங்கிக் கொண்டு "அலோ" என்றான் அசோக்.

"நான் டாக்டர் அகிலா பேசறேன்."

"சொல்லுங்க டாக்டர். வித்யா எப்படி இருக்கா?"

"நல்லா இருக்கா. உங்களுக்கு நாலு நாள் லீவ் போட முடியுமா."

"என்ன விஷயம் டாக்டர்?"

"சொல்லுங்க, வித்யா விஷயத்திலே உங்கள் உதவி தேவை எனக்கு."

"நான் கம்பெனி பிரதிநிதிதான். அடுத்த வாரம்தான் எனக்கு கர்னாடகா டூர் இருக்கு. இந்த வாரம் சும்மாதான் இருக்கேன். என்ன செய்யணும், சொல்லுங்க."

"நேர்ல வாங்க, சொல்றேன்."

"சரி, வர்றேன்."

"வீட்டுக்கு வரவேணாம். நாலு மணிக்கு நான் பிரசிடெண்டு ஓட்டல்ல ஒரு மீட்டிங்கிற்காக வர்றேன் நீங்கள் அங்கே வாங்க, நாம பேசலாம்."

"சரி, வர்றேன் மேடம்."

தாமதமில்லாமல் சரியாக மாலை நான்கு மணிக்கு டாக்டர் அகிலா குறிப்பிட்ட ஓட்டலுக்கு வந்து சேர்ந்தான் அசோக்.

பத்து நிமிடத்தில் அவனை வந்து சந்தித்தாள் அகிலா.

அந்த வரவேற்பறையிலேயே இருவரும் அமர்ந்தார்கள்.

"சொல்லுங்க டாக்டர். நான் ஏதோ உதவி செய்யணும்னு சொன்னீங்களே போன்ல!" என்றான் அசோக்.

“ஆமாங்க. நீங்க கடையப்பட்டிக்குப் போக வேண்டியிருக்கு மிஸ்டர் அசோக்.”

“ஓ, போயிட்டு வர்றேன்.”

“வித்யாவின் குழப்பங்களுக்கான காரணத்தை நாம முதலில் தீர்மானிச்சாகணும். கழுகுக்கான அவளோட பல நடவடிக்கைகளுக்கு நேத்து எனக்கு ஒரு விளக்கம் கிடைத்தது. சின்ன வயசிலே இவள் ஆசையா வளர்த்த ரெண்டு குருவிக் குஞ்சுகளை இவளுக்கு எதிரே ஒரு கழுகு கவ்விக்கிட்டுப் போயிருக்கு. இது ஒரு சின்ன நிகழ்ச்சி. இதிலே வித்யாவுக்கு அந்த கழுகு மேல கோபம், ஆத்திரம், வெறுப்பு எல்லாம் இருக்கு. விபரம் புரியாத வயதிலே நடந்த நிகழ்ச்சி இது. அதோட வெளிப்பாடா இப்போ கழுகை பார்த்தால் பயம் ஏற்படறதுக்கான வாய்ப்பு இருக்கு. ஆக கழுகுப் பிரச்சினைங்கிறது ஒரு மனப்பிசிறு. இதிலே போன பிறவின்னு சொல்றதுக்கு எதுவும் இல்லை. இதே மாதிரி வித்யாவின் மற்ற குழப்பமான நடவடிக்கைகளுக்குப் பின்னாடியும் சில விளக்கங்கள் இருக்கலாம். அதனால வித்யாவுக்கு ஏற்படற, தோன்றுகின்ற நினைவுகள் போன ஜென்மத்து நினைவுக் குழப்பங்களான்னு உறுதியா தெரிஞ்சுக்கிட்டா, பிறகு அதற்கு தகுந்தபடி வைத்தியம் ஆரம்பிக்கலாம்.”

“சரி, டாக்டர். நான் கடையப்பட்டிக்குப் போய் என்ன செய்யணும்?”

“நிறைய விசாரிக்கணும். நிறைய தகவல்கள் வேணும் எனக்கு. கடையப்பட்டியிலே கல்யாணி, சங்கர் இப்படி ரெண்டுபேர் சுமார் இருபது வருடங்களுக்கு முன்னாடி வாழ்ந்தாங்களான்னு தெரியணும். அப்புறம் அவங்க என்ன ஆனாங்கன்னும் தெரியணும் அப்புறம்... வித்யா மயங்கி விழுந்த மாந்தோப்பு யாரோடது அங்கே பல வருடங்களுக்கு முன்னாடி குறிப்பிடும்படியா ஏதாவது விசேஷமான சம்பவம் நடந்துச்சான்னு தெரிஞ்சுக்கணும். அப்புறம்... வித்யா குறிப்பிட்ட அந்த பள்ளிக்கூடத்திலே சுமார் இருபது வருடங்களுக்கு முன்னால யாராவது தூக்கு மாட்டிக்கிட்டு தற்கொலை செஞ்சுக்கிட்டாங்களாங்கிற விபரமும் வேணும். இப்ப

நான் சொன்ன விபரங்களை நீங்க தெரிஞ்சுக்கிட்டு வந்திங்கன்னா வித்யாவைப் பற்றி ஒரு முடிவுக்கு நாம வந்துடலாம்."

"நாளைக்கே நான் கடையப்பட்டி புறப்படறேன் டாக்டர்" என்றான் அசோக்.

"சரி, நீங்க வித்யாவை சந்திக்க வேணாம். நீங்க போகப் போறது அவளுக்குத் தெரியாமல் இருக்கிறது நல்லது" என்று எழுந்துக்கொண்டாள் அகிலா.

"சரி, டாக்டர். நீங்க சொன்ன விபரங்களை எவ்வளவு சீக்கிரம் முடியுமோ அவ்வளவு சீக்கிரம் தெரிஞ்சுக்கிட்டு வந்து உங்களை சந்திக்கிறேன்" என்று விடைபெற்றுக் கொண்டு புறப்பட்டான் அசோக்.

வித்யாவிற்குப் பொழுது நகர மறுத்தது.

எவ்வளவு நேரம்தான் புத்தகங்களைப் படித்துக் கொண்டிருப்பது?

கீழே ஹாலுக்கு வரலாம் என்று தன் அறையைவிட்டு வெளியே வந்தபோது எதிரே நின்றான் பூபதி. தன் அத்தனை பற்களையும் திறந்து வைத்திருந்தான். கையில் ஒரு ஆல்பம் வைத்திருந்தான்.

"அலோ மிஸ் வித்யா, ரொம்ப போரடிக்குதா? அதனாலதான் எங்க குடும்ப ஆல்பத்தை கொண்டு வந்தேன்" என்றான். உள்ளே வந்து அமர்ந்தார்கள். அவனிடமிருந்து வாங்கி முதல் பக்கத்தைப் புரட்டினாள் வித்யா.

"இவர்தான் எங்கப்பா, சுவாமிநாதன். ஒரு கல்யாணத்தக்காக பம்பாய் போயிருக்கார். ரெண்டு நாள்ல வந்துடுவார்" என்று அவன் சொல்லிக் கொண்டிருக்கும் போது...

வித்யாவின் பற்கள் நறநற என்று கடிபட்ட சத்தத்தை அவனால் உணர முடியவில்லை.

அத்தியாயம்... 12

பூபதி காட்டின ஆல்பத்தில் அவன் அப்பா சுவாமிநாதனின் புகைப்படத்தைப் பார்த்தவுடன் வித்யாவின் மனத்தில் உடனே ஒரு வெறுப்பு படர்ந்தது. எரிச்சல் தெறித்தது. அவளையும் அறியாமல் அவளது பற்கள் நெறிபட்டன.

அவளை கவனிக்காமல் பூபதி மேலும் சொன்னான் "என்ன வித்யா அப்படிப் பார்க்கிறீங்க என்ன வயசு தெரிமா, எங்கப்பாவுக்கு அறுபத்தி நாலு. ஆனால், பார்த்தால் அப்படி தெரியவே தெரியாது. கல்லு மாதிரி உடம்பு. கிராமத்து சுவாசத்திலே வளர்ந்தவர்."

வித்யா மறுபடி அவன் அப்பாவின் புகைப்படத்தைப் பார்த்தாள்.

உருண்டையான முகம். அடர்த்தியான வெண் மீசை. கண்களுக்கு அடியில் தசைக் கொத்து. கன்னங்களில் பூரியின் நினைவு வந்தது. காதுகளில் சிவப்புக் கடுக்கன்கள் மின்னின.

வித்யாவுக்குள் அந்தப் புரியாத ஆத்திரம் மேலும் எண்ணெய் ஊற்றிக் கொண்டது. ஜல்... ஜல் ஜல்... என்று ஒரு மாட்டு வண்டி மிகமிக வேகமாய் ஓடிக்கொண்டிருப்பது அவளுக்குள் தெரிந்தது.

"என்ன வித்யா பேசமாட்டேங்கறீங்க? நான் போரடிக்கிறேனா?" என்று ஆல்பத்தை மூடினான், பூபதி.

சுவாமிநாதனின் புகைப்படம் அவள் பார்வையில் இருந்து நீங்கியதும் மனதில் காற்றோட்டத்தை உணர்ந்தாள் வித்யா. அணைக்கப்பட்ட அடுப்பைப்போல ஏற்பட்ட கொதிப்பு மெல்லப்

பின்வாங்கியது. திரும்பிப் போகிற அலையைப் போல அந்த ஆத்திர உணர்வு அமைதியாக வடியத் தொடங்கியது.

திரும்பி பூபதியை இயல்பாக அவளால் இப்போது பார்க்க முடிந்தது. “போர் எல்லாம் ஒண்ணும் இல்லை” என்று மென்மையாகச் சிரிக்க இயன்றது.

“வித்யா, நீங்கள் அமைதியா இருந்ததாலே நான் ரொம்ப கலங்கிப் போயிட்டேன். மறுபடி என் மேலப் பாயப் போறிங்களோன்னு சன்னமா பயம்கூட வந்துடிச்சி...”

“என்னை மன்னிச்சிடுங்க சார். நான் உங்கள் மேல அப்படிப் பாய்வேன்னு எனக்கே தோணலை. அந்த நிமிடம் நான் என் வசம் இல்லை.”

“பரவாயில்லைங்க. இதுக்காக மன்னிப்பெல்லாம் கேக்க வேணாம். அக்கா விபரமா சொன்னாங்க. உங்கள் மனசிலே ஏற்பட்டு இருக்கிற சில குழப்பங்கள் பத்தியும் தெரிவிச்சாங்க. சந்தோசமா இருங்க. எல்லாம் சரியாப் போய்டும்.”

“நன்றி” என்றாள், வித்யா.

“உங்களுக்கு எதாவது தேவைன்னா என்னைக் கேக்கலாம். தயங்க வேணாம். உங்கள் அறைக்கு அடுத்த அறைதான் என்னது. அங்கேயும் நிறைய புத்தகங்கள் இருக்கு. படிக்கிற மனநிலை இருக்கிறப்போ அவசியம் வாங்க... தர்றேன்.”

“சரி, சார்”

“சார்ன்னு கூப்பிட்டு என்னைத் தூக்கி பரண் மேல உக்கார வைக்கிறீங்களே... என் பேர் பூபதி, பேர் சொல்லியே கூப்பிடலாம் நீங்கள். நான் ஒண்ணு சொல்லலாமா?”

“என்னங்க?”

“உங்கள் முகத்துக்கு நீங்கள் வச்சிக்கிற இந்த சின்ன கறுப்புப் பொட்டு உங்கள் அழகை இன்னும் அதிகப்படுத்திக் காட்டுது.

புகழுக்காகச் சொல்லலை. உண்மையிலே நீங்கள் பிரமாத அழகுங்க வித்யா."

தயக்கமாய் பதில் சொல்லாமல் தலைகுனிந்தாள் வித்யா.

பூபதி எழுந்தான்.

"ஓய்வு எடுத்துக்கங்க. நான் அப்புறம் சந்திக்கிறேன்."

பூபதி அந்த ஆல்பத்தை மறந்துப்போய் அங்கேயே வைத்துவிட்டுச் சென்று விட்டான்.

மாலை மணி ஐந்து.

வித்யா முகம் கழுவி, அலங்காரம் செய்து, வேறு உடை மாற்றிக்கொண்டு கீழே இறங்கி வந்தாள்.

வீட்டுக்கு வெளியே புல்வெளியில் டாக்டர் அகிலா இருப்பதாகவும் வேலைக்காரன் சொல்லவே... புல்வெளிக்கு நடந்தாள்.

நிழல் குடைக்கு அடியில் டாக்டர் அகிலா மட்டும் தனியாய் அமர்ந்து ஒரு தடியான புத்தகத்தைப் படித்துக் கொண்டிருந்தாள். இவள் அருகே வந்ததும் புத்தகத்தை மடக்கி மடியில் வைத்துக்கொண்டு எதிர் நாற்காலியைக் காட்டினாள். "உட்காரும்மா வித்யா."

"என்ன வித்யா, இந்த ஒரு நாள்ல இந்த வீட்டின் சூழ்நிலைகள் உனக்குப் பிடிச்சிருக்கா?"

"பிடிச்சிருக்கு டாக்டர்."

"நேற்று ராத்திரி நிம்மதியா தூங்கினியா"

"கனவு எதுவும் வந்தா?"

"வரலை டாக்டர்."

"தூக்க மாத்திரை சாப்பிட்டுட்டுதானே படுத்தே நான் சொன்னபடி?"

"ஆமாம், டாக்டர். ரொம்ப சக்தி வாய்ந்த மாத்திரைன்னு நினைக்கிறேன். அடிச்சுப் போட்ட மாதிரி தூக்கம் டாக்டர்."

“நல்லது. நான் தெரிஞ்சிதான் அந்த மாத்திரையைக் கொடுத்திருக்கேன். தினம் சாப்பிடு. அப்புறம்... மறுபடி கனவுக்காக பயப்பட்டியா?”

“இல்லை டாக்டர்.”

“வேற எந்த குழப்பமும் இல்லையே”

ஆல்பத்தில் அவர்களின் தந்தையின் புகைப்படத்தைப் பார்த்தவுடன் ஏற்பட்ட உணர்வுகளைச் சொல்ல நினைத்தாள், வித்யா. பிறகு அதைச் சொல்ல வேண்டாம் என்று அவளாகத் தீர்மானித்தாள்.

“வித்யா, வாம்மா... கொஞ்சதூரம் நடந்துட்டு வரலாம்”

இருவரும் வீட்டைவிட்டு வெளியேறி சாலையோரமாக மாலை வெயிலில் நடந்தார்கள்.

வித்யாவின் பள்ளி வாழ்க்கையைப் பற்றிச் சொல்லிச் சொல்லி, அமைதியாகக் கேட்டுக் கொண்டே நடந்தாள் அகிலா.

வித்யா விபரமாக தன் நினைவில் நின்ற நிகழ்ச்சிகளை, சின்ன சின்ன மகிழ்ச்சிகளை, உல்லாசப் பொழுதுகளைப் பற்றியெல்லாம் சொல்லிக் கொண்டே நடந்தாள்.

அகிலாவும், வித்யாவும் மறுபடி வீட்டிற்குக் திரும்பியபோது வரவேற்பறையில் அசோக் காத்திருந்தான்.

அவளைப் பார்த்ததும் வித்யா மிக உற்சாகமானாள்.

டாக்டர் “அலோ” என்றாள்.

“வித்யா, சமையலறைக்குப் போய் மூணு பேருக்கும் காபி கொண்டு வரச் சொல்லிட்டு வாம்மா” என்றாள் அகிலா.

வித்யா போனதும், “என்ன அசோக், எப்போ கடையப்பட்டி புறப்படறிங்க” என்றாள்.

“நாளைக் காலையிலே புறப்படறேன், டாக்டர். போறதுக்கு முன்னாடி ஒருதரம் வித்யாவைப் பார்த்துட்டுப் போகலாம்னு வந்தேன்.”

“சரி. ஆனால் நீங்கள் போறதைப்பத்தி சொல்லிடாதிங்க.”

“இல்லை. சொல்லமாட்டேன், டாக்டர்.”

“உங்ககிட்டேர்ந்து நிறைய தகவல்களை எதிர்பார்க்கிறேன். நான்.”

“என்னால முடிஞ்ச வரைக்கும் விசாரிச்சு சேகரிக்கிறேன், டாக்டர்.”

வித்யா திரும்பி வந்ததும், “நீங்கள் பேசிக்கிட்டு இருங்க” என்று அகிலா தன் அறைக்குள் சென்றாள்.

“என்ன வித்யா, எப்படி இருக்கே?” என்றான் அசோக்.

“நல்லா இருக்கேன் அசோக்.”

“எதுவும் மறுபடி குழப்பங்கள் இல்லையா...”

“இல்லை.”

அவர்கள் கொஞ்சநேரம் பொதுவாகப் பேசிக்கொண்டு இருந்தார்கள். பிறகு அசோக் புறப்பட்டான்.

“வித்யா, கம்பெனி விஷயமா வெளியூர் போறேன். மூணு நாள் கழிச்சுதான் வருவேன். வந்ததும் உன்னை பார்க்கிறேன்” என்று சொல்லி விட்டு நடந்தான்.

அவன் போனபிறகு, புகைப்படம் பார்த்தபின் ஏற்பட்ட ஆத்திரத்தை, அசோக்கிடம் ஏன் மறைத்தோம் என்று நினைத்துக் கொண்டாள், வித்யா. அவளுக்கே புரியவில்லை.

இரவு சாப்பாட்டுக்குப் பிறகு தன் அறைக்கு வந்த வித்யா புத்தக அலமாரியில் நாவல் தேடினாள். அவளுக்கு பிடித்தமான நாவல் எதுவும் இல்லை.

பூபதி தன் அறையில் நிறையப் புத்தகம் வைத்திருப்பதாகச் சொன்னது நினைவிற்கு வந்தது.

அந்த அறைக்குச் செல்ல நினைத்து ஓர் அடி எடுத்து வைத்தபோது, தன் அறை வாசலில் பூபதி நுழைவதைப் பார்த்தாள்.

“அலோ வித்யா... டாப்! ரொம்ப டாப்” என்றான் பூபதி.

“என்ன டாப்”

"இந்த டார்க் புளூ சேலையிலே அப்படியே மின்னுறீங்க"

"தேவைக்கு அதிகமா என்னைப் புகழ்றீங்க நீங்கள்."

"உண்மையை மறைச்சிப் பேச எனக்குத் தெரியாதுங்க, வித்யா. அழகை அழகுன்னு சொன்னேன். அது உங்களுக்குத் தப்பாப் பட்டா தயவு செஞ்சி என்னை மன்னிச்சிடுங்க."

"அய்யய்யோ. மன்னிப்பெல்லாம் எதுக்கு?"

"அப்புறம்... வித்யா, உங்களுக்கு நான் ஒண்ணு வாங்கிட்டு வந்திருக்கேன். உங்கள் அழகான உதட்டுக்கு மேலும் அழகு சேர்க்கிற பொருள்."

"மிஸ்டர் பூபதி, பேச்சு கொஞ்சம் அதிகமாப் போகுது. வேணாம்."

"லிப்ஸ்டிக்... வெளிநாட்டு பொருளுங்க. அதைப் பார்த்ததும், உங்கள் நினைவு வந்தது, வாங்கினேன். இந்தாங்க."

பூபதி நீட்டினான்.

"மன்னிச்சிடுங்க. இந்த மாதிரி எதுவும் எனக்காக நீங்கள் வாங்கத் தேவையில்லை. எனக்கு வாங்கித் தர வேற ஒருவர் இருக்கார். என்கிட்டே வேற நோக்கத்தோட பழகாதீங்க."

"அப்படியா. அப்ப சரி. நான் நட்போட தந்தேன். வேற எந்த நோக்கமும் இல்லை, பரவாயில்லை. மறுத்துட்டிங்க வித்யா. பரவாயில்லை. ஆனால், ஒண்ணு உங்களுக்குத்தான் கொடுத்தே தீருவேன். அப்புறமா வேற ஒரு சந்தர்ப்பத்திலே..."

அவன் வேகமாகத் திரும்ப...

டிரே மேல் கால் இருக்க...

அதன் மேலிருந்த ஆல்பம் கீழே விழுந்து முதல் பக்கம் தானாகத் திறந்துக்கொள்ள...

வித்யா நெருங்கினாள்!

அத்தியாயம்... 13

தரையில் கிடந்த ஆல்பத்தை நெருங்கினாள் வித்யா.

குனிந்து ஆவேசமாக அதை எடுக்கப் போன போது...

சன்னல் வழியாக உள்ளே வந்த உரத்த காற்று திறந்து கிடந்த ஆல்பத்தை மூடவைத்தது.

உடனே வித்யாவினுள் எழுந்த ஆவேசம் பின் வாங்கியது. பதட்டம் சற்றுக் குறைந்தது.

பூபதி அவளை நெருங்கி, அந்த ஆல்பத்தை எடுத்துக்கொண்டு நிதானமாக ஒருமுறை பார்த்துவிட்டு, சடாரென்று வெளியேறிப் போனான்.

வித்யா அமைதியாகச் சென்று படுக்கையில் விழுந்தாள்.

மூடின கண்களுக்குப் பார்வை இருந்தது இப்போது.

ஜல்ஜல் என்று மாட்டு வண்டி தாளம் பிசகாமல் போய்க் கொண்டிருந்தது. கொலுசு கட்டின கால்கள் விறுவிறுவென்று ஓடின. சைக்கிளின் சக்கரங்கள் சுழன்றன. களக், களக் என்ற சப்தத்துடன் ஆறு ஓடியது. ஒற்றைக் கண் திறந்து மூடியது. காற்றில் சவுரி முடி ஆடியது. சடசடவென்று சிறகுகளை அடித்துக் கொண்டு கழுகு இறங்கி வந்தது தணிவாக விசித்திரமான ஜந்து விரிந்து விரிந்து பெரிதாகிக் கொண்டே போனது. இத்தனைக் குழப்பக் காட்சிகளுக்கு நடுவே இப்போது ஆல்பத்தில் பார்த்த

பூபதியின் அப்பா சுவாமிநாதனின் முகம் ஒருமுறை தோன்றி மறைந்தது.

அவரின் முகம் தோன்றிய வினாடி, வித்யாவின் உடல் முழுக்க சிலிர்த்துக் கொண்டது காந்தத்தின் மேல் குண்டூசிபோல மயிர்க் கால்கள் விரைத்துக் கொண்டன.

வேகமாக எழுந்த வித்யா, பற்களைக் கடித்துக்கொண்டு அருகே இருந்த இரவு விளக்கை உக்கிரத்துடன் நெருங்கி காலால் உதைத்தாள்.

அறை முழுக்க இருட்டானது.

வித்யா இப்போது தன் கைக்கு அகப்பட்ட எதையும் இருட்டில் விசிறி எரிந்தாள். சிலுங் என்று கண்ணாடி உடைந்தது. தடதட என்று புத்தக அலமாறி விழுந்தது. பூங்கொத்து வைத்த பீங்கான் ஜாடி உடைந்தது. உலோக ஜாடி ஒன்ற தரையில் விழுந்து நன நன என்று உருண்டு கொண்டிருந்தது.

டாக்டர் அகிலா தன் படுக்கை அறையிலிருந்து அவசரமாக வெளிப்பட்டாள். சேலையை தூக்கிப் பிடித்துக்கொண்டு மூன்று மூன்று படிகளாக ஏறி மாடிக்கு வந்தாள்.

முதலில் பூபதியின் அறைக்குள் எட்டிப் பார்த்தாள்.

படுக்கைக்கு அருகே காலி பிராந்தி பாட்டில் கிடக்க... படுக்கையில் சிலுவை ஏசு போல கைகளை விரித்துக் கொண்டு கிடந்தான் பூபதி.

உடனே அடுத்து வித்யாவின் அறைக்குள் வந்தாள்

அறை இருளில் மிதக்க... காலில் இடறின புத்தகங்களை விலக்கி சுவிட்சை அடைந்து இருளை ஒழித்தாள். பார்த்தாள்.

படுக்கையில் இரண்டு முழங்கால்களுக்கும் நடுவில் முகத்தைப் புதைத்துக் கொண்டு குலுங்கிக் குலுங்கி அழுது கொண்டிருந்தாள் வித்யா.

அவள் அருகில் போய் அமர்ந்து... அவளின் தலையை மெல்ல நிமிர்த்தினாள் அகிலா.

“ஏம்மா ஏன் அழறே? என்ன ஆச்சு? ஏன் எல்லாத்தையும் கலைச்சுப் போட்டிருக்கே? மறுபடி கனவா? குழப்ப நினைவா? கழுகு பயமா?”

அகிலாவை உற்றுப் பார்த்தாள் வித்யா.

“சொல்லும்மா... என்ன”

“ஒண்ணுமில்லை” என்றாள்.

“பின் ஏன் அழறே?”

“தெரியலை” என்று சொல்லிவிட்டு சட்டென்று படுத்துக் கொண்டாள்.

தான் டாக்டரிடம் உண்மையை மறைக்கிறோம் பொய் சொல்கிறோம் என்பது நன்றாய் தெரிந்தது வித்யாவிற்கு.

ஆனால் ஏன் பொய் சொல்கிறோம் என்பது புரியவில்லை.

அசோக்கை விட்டுவிட்டு பஸ் புறப்பட்டுப் போனதும் புழுதி மேகம் உடன் சூழ்ந்து கொண்டது. அதிலிருந்து விலகி மூக்கைப் பொத்திக் கொண்டு கண்களை மூடிக் கொண்டான்.

திரும்பக் கண் திறந்தபோது அந்த சாலை அமைதியாய் படுத்திருந்தது. கடையப்பட்டிக்குப் போகிற செம்மண் சாலையில் வண்டிகளின் தடங்கள் வரிசையாய்ப் பதிந்திருந்தன.

தன் பையை தோளில் மாட்டிக்கொண்டு மெல்ல நடக்க ஆரம்பித்தான் அசோக். கழுத்தெல்லாம் வியர்வை சிற்றாறுகளை உற்பத்தி செய்தது. சட்டை, முதுகை கட்டியணைத்திருந்தது.

ஓர் அகன்ற மரத்தின் அடியில் நின்று, பையில் இருந்து டவல் எடுத்து முகம், கழுத்து, கைகள் எல்லாம் துடைத்துக் கொண்டான். வெப்பத்தின் உச்சத்தில் தூரத்தில் பிம்பங்கள் ஆடின. பொய் நீர் தவிழ்ந்தது.

மறுபடி ஊரை நோக்கி நடக்க ஆரம்பித்தான்.

யாரை முதலில் சந்திப்பது, விவரங்களை எப்படித் துவக்குவது என்று அவன் அதுவரை திட்டமிடவில்லை. ஊருக்குள்ளே போனதும் பார்த்துக் கொள்ளலாம் என்றிருந்தான்.

இருபக்கமும் உணவுத் தொழிற்சாலைகளான வயல்கள். அசையாத கதிர்களில் ஒரு சோகம் இருந்தது. தூரத்துத் தென்னை மரங்கள் சித்திரம்போல ஒரு ஓலைக்கூட அசைக்காமல் நின்றன. பாதையோர மரங்கள் உதிர்த்த இலைகள், பூக்கள் அந்த மண்சாலை முழுக்க மெத்தை விரித்திருந்தது.

ஒரு குடிசைதான் முதலில் அசோக்கின் கண்களில் பட்டது. குடிசையின் வாசலை கிழிந்த சாக்கு தொங்கி மறைத்துக் கொண்டிருந்தது.

கடையப்பட்டியின் நுழைவாயிலிலேயே தனது விசாரணையை துவக்கிப் பார்க்கலாமே என்று நினைத்தான்.

அந்தக் குடிசையை அணுகினான்.

“தூங்கித் தொலையேன்டா சனியனே... பட்டுச் சட்டை வாங்கித் தாரேன் படுத்தாம தூங்கு கண்ணு. பவளமணி மாட்டிடுவேன். பசிக்காம தூங்கு ராசா-தங்கத்திலே கிலுகிலுப்பை-தந்துடுவான். உன் மாமன் நடைவண்டி வெள்ளியிலே நாத்தனாரு கொடுத்துப் போவா சிரிச்சுக்கிட்டே தூங்கு முத்தே” என்று அழகான தாலாட்டை எரிச்சலுடன் ஒரு தாய் பாடிக் கொண்டிருந்தாள்.

“அம்மா...” என்றான் அசோக்.

“யாரு?” என்று சாக்குத் திரையை உயர்த்திப் பார்த்தவளுக்கு நாற்பது வயதிருக்கும். “யாரு வேணும்?” என்றாள் மறுபடி.

“வீட்ல ஆம்பளைங்க யாருமில்லையா?”

“இல்லையே... வயலுக்குப் போயிட்டாங்களே...”

“தண்ணி கிடைக்குமா குடிக்க”

“தர்றேனே... இதுக்கு எதுக்கு ஆம்பளை ஆளு?” அது சொல்லிவிட்டு உள்ளே போனாள். போகிற போக்கில் தூளியில்

துள்ளின குழந்தைக்கு, "சித்திரையின் மணம் செய்வோம் சித்திரமே, சிணுங்காதே..." என்று பாடிவிட்டுப் போனாள்.

ஒரு பித்தளை செம்புடன் வெளியே வந்து தந்தாள்

"தம்பிக்கு எந்த ஊரு?" என்றாள்.

"மெட்ராஸ்"

"பட்டணமா? பின்னே பொம்பிளைகிட்டே பேச இத்தனை பயப்படறீங்க" என்று சிரித்தாள். "யார் வூட்டுக்கு வந்தீங்க?"

"இங்கே யாரும் கிடையாது எனக்கு. சில விபரங்களுக்காக வந்தேன். இந்தாங்க சொம்பு. நீங்க இந்த ஊர்ல எத்தனை வருடமா இருக்கீங்க?"

உதட்டோரம் விரல் பதித்து. தலைசாய்ந்து யோசித்தாள்.

"அது ஆச்சு பல காலம், கல்யாணம் கட்டிக் கிட்டதிலேர்ந்து இங்கதான் இருக்கோம். ஏன் கேட்டிங்க!"

"சொல்றேன். எந்த வருடம் கல்யாணமாச்சு உங்களுக்கு?"

"அதெல்லாம் யாரு ஞாபகம் வச்சிருக்கா? எனக்கு பதினஞ்சி வயசில கல்யாணம் ஆச்சு."

"தப்பா நினைக்காதீங்க. இப்ப என்ன வயசாகுது உங்களுக்கு"

"என்ன தப்பு இதுல? ஆவணி வந்தால் நாப்பத்தொண்ணு முடியும். ஆமாம், ஏன் இதெல்லாம் கேக்கறீங்கன்னு கேட்டேனே?"

"இருபது வருடங்களுக்கு முன்னாடி இங்கே வாழ்ந்தவங்களைப்பத்தி சில விபரங்கள் வேணும். அதனாலதான் கேட்டேன்."

"இதோ வர்றேண்டா கண்ணா. ஒரே நிமிடத்திலே சமைச்சிடறேன்" என்று உள் பக்கம் திரும்பி அழுத குழந்தையிடம் சொல்லிவிட்டு, "நான் உள்ளாறப் போறேன். நீங்க பிறகு வாங்க. அவரும் இருப்பாரு. விசாரிங்க. சொல்வாரு..."

"சரி" என்று சூட்கேசுடன் மேலும் நடந்தான் அசோக்.

கடையப்பட்டி கிராமத்தின் இதயப் பகுதிக்கு வந்துவிட்டான். டீக்கடை, பெட்டிக்கடை, மளிகைக்கடை என்று சின்ன கடைத் தெரு இருக்க... சைக்கிள் நடமாட்டமும் சட்டையற்ற மனிதர்களின் பழக்கமும் இருந்தது. பொதுக்கிணற்றில் தண்ணீர் இறைத்துக் குடங்களில் நிரப்பிக் கொண்டிருந்தார்கள் பெண்கள். வைக்கோல் போரில் மாடொன்று தீனி பிடுங்கியது. முள்வேலிகளில் கொடிகள் ஓணான்கள். கக் கக் என்று கோழிகள் வந்துடு மரியாதையா என்று அதைக் கூடையோடு துரத்தும் இரண்டு சிறுவர்கள்.

டீக்கடை பெஞ்சில் பஞ்சாப் பிரச்சினையை சகாக்களுக்கு விளக்கிக் கொண்டிருந்தான். பீடிப் புகைக்கு நடுவே ஒரு விபரமான ஆள்.

"பொற்கோவிலுன்னா... முழுக்க தங்கம்யா... தங்கம். சுரண்டி சுரண்டி வெளிநாட்ல கொடுத்து துப்பாக்கியா வாங்கி வச்சுட்டானுங்க விடுமா சர்க்காரு? அடி! உதை! பூந்து நொறுக்குடான்னுச்சி..."

அசோக் சிரித்துக் கொண்டான்.

அவர்களை அணுகி...

"ஊருக்கு யாரு தலைவரு?" என்றான்.

"பிரசிடெண்டு ஐயாதான்."

"அதான், அவர் வீடு எங்கே இருக்குங்க?"

"அதோ பாருங்க" என்று ஆரம்பித்து வழி சொன்னான்.

சொல்லப்பட்ட வழியில் நடந்து அந்த வீட்டை அடைந்தான்.

கதவு திறந்திருந்தது. உள்நடையில் ஒரு அம்மாள் அரிசி புடைத்துக் கொண்டு இருந்தார்கள்.

"அம்மா..." என்றான்.

அவர்கள் நிமிர்ந்து பார்க்க... மெலிதான திகைப்பு அசோக்கைத் தொற்றிக் கொண்டது.

அவர்களை எங்கேயோ இதற்குமுன் சந்தித்து இருப்பது போன்று ஒரு பிரமை ஏற்பட்டது.

அத்தியாயம்... 14

பிரசிடெண்டு வீட்டு உள்நடையில் இருந்த அம்மாளின் முகம் அசோக்கிற்கு சற்றுப் பரிச்சயம் போலத் தோன்றினாலும்... எங்கே, எப்போது எப்படிப் பார்த்தோம் என்று எதுவும் நினைவில் இல்லை.

"யாரு உள்ளே வாங்க, வாசல்ல நிக்கிறிங்களே..." என்றாள் அந்த அம்மாள். எலுமிச்சை நிறத்தில் வாழ்ந்து தளர்ந்த தேகம்.

"பிரசிடெண்டு ஐயா இருக்காங்களா?"

"இருக்காங்க. குளிக்கிறாங்க. அப்படி உட்கார்ப்பா அசலூர் மாதிரி தெரியுதே..."

"ஆமாங்க. மெட்ராஸ்லேர்ந்து வர்றேன்" என்று பிரம்பு நாற்காலியில் அமர்ந்தான் அசோக்.

ஒரு ஓரமாய் நெல் மூட்டைகள் அடுக்கப்பட்டிருந்தன. கூடைகள், மண்வெட்டி, கடப்பாரை என்று ஒருபுறம் கிடந்தன. வீட்டின் பின்புறம் ஒரு முண்டாக கட்டின ஆள் விறகு பிளந்து கொண்டிருப்பது தெரிந்தது.

"நீங்க அவருக்கு என்ன வேணும்?" என்றான்.

"யாருக்கு தம்பி?"

"பிரசிடெண்டு ஐயாவுக்கு."

"அவங்கம்மா நான்."

அமைதியாய் காத்திருந்தான். அருகே சன்னல் கம்பியில் ஒரு தட்டான் பறந்து வந்து அமர்ந்து, திடீரென்று ஒரு கறுப்பு நாய் வெளியிலிருந்து கழுத்துப் பட்டை சிணுங்க ஓடிவந்து இவன் பாதங்களை முகர்ந்தது.

அவசரமாக நாற்காலி மேல் கால்களை உயர்த்தி வைத்துக் கொண்டான்.

“ஒண்ணும் செய்யாது. பயப்படாதீங்க. பாண்டியா போடா அந்தண்டை.”

பாண்டியன் அந்தண்டை போனது.

துண்டால் கழுத்துக்குள் துடைத்துக் கொண்டே வீட்டுக்குள்ளேயிருந்து வெளியே வந்தார் பிரசிடெண்டு. வேஷ்டிக்குமேலே கனமான பச்சை பெல்ட் கட்டியிருந்தார். பளிச்சென்று கைவைத்த பனியன்.

அசோக்கைப் புரியாமல் பார்த்து... அவன் எதிரே மற்றொரு நாற்காலியில் அமர்ந்தார்.

“சார், நான் மெட்ராஸ்லேர்ந்து வர்றேன்.”

“சில தகவல்களுக்காக உங்க ஊருக்கு வந்திருக்கேன் எனக்கு நீங்க உதவணும்.”

“போலீசா?” என்றார்.

“இல்லைங்க. அதெல்லாம் இல்லை.”

“பின்னே... ஏதோ தகவல்னீங்க?”

“இருபது வருடத்துக்கு முன்னாடி இங்கே வாழ்ந்த சிலரைப்பத்தி சில தகவல்கள் வேணும்.”

“இருபது வருடத்துக்கு முந்தியா? எதுக்காக அது?”

எப்படிச் சொல்வது என்று தவித்தான் அசோக்.

அழகாய் ஒரு பொய் வந்தது மனதில். அதை வார்த்தைகளில் கோர்த்து நிதானமாய் வெளிப்படுத்தினான்

"அந்த குறிப்பிட்ட நபருக்குச் சேர வேண்டிய ஒரு பொருள் என்கிட்டே இருக்கு. அதை சேர்த்தாகணும் இப்போ. அதான்..."

பிரசிடெண்டு காதுக்குப் பின்னால் சொறிந்து கொண்டார்.

"நீங்க சொல்றது எனக்கு விளங்கலை. யாரைத் தேடி வந்திருக்கீங்க? யார் அந்த நபர்கள் குழப்பாமல் சொல்லுங்க..."

"சங்கர்னு பேரு. கல்யாணின்னு ஒரு பொண்ணு. அவங்க ரெண்டு பேரைப்பத்திதான் நான் தெரிஞ்சுக்கணும்"

"சங்கர்-கல்யாணி ரெண்டு பேரும் அண்ணன் தங்கையா"

"அப்படி இருக்க முடியாது."

"இருக்க முடியாதா? அப்ப... உங்களுக்கே தெரியாதா?"

"தெரியாது சார்."

"அவங்க இப்போ இந்த ஊர்ல இருக்காங்களா?"

"இருக்கலாம். இல்லாமலும் இருக்கலாம்."

"என்னப்பா பேசறே நீ? ஒரு இழவும் புரியலையே..."

"சாரி. உங்களை நான் குழப்பிட்டேன், சங்கர் கல்யாணி இவங்க ரெண்டு பேரும் இந்த ஊர்ல இருபது வருடத்துக்கு முன்னாடி நிச்சயமா வாழ்ந்திருக்காங்க. அவங்க ரெண்டுபேரும் காதலன் காதலியா இருக்கணும். இல்லைன்னா கணவன்-மனைவியா இருக்கணும். இவங்களைப் பற்றின பழைய தகவல்கள்தான் எனக்கு வேணும்."

பிரசிடெண்டு உள்பக்கம் திரும்பி "சுப்பையா, உள்ளே மோர் வாங்கிட்டு வாடா. சாப்பிட்டு முடிச்சுட்டீங்களா" என்றார்.

"கும்பகோணத்திலே டிபன் சாப்பிட்டுட்டுதான் புறப்பட்டேன்."

"நீங்க சொல்றது புரியுது. காரணம்தான் சரியா விளங்கலை."

"விவரமா அப்புறம் சொல்றேன் சார்."

"சரி, சொல்லுங்க... நான் என்ன உதவி செய்யணும் உங்களுக்கு?"

"ரெண்டு, மூணு நாளைக்கு நான் இந்த ஊர்ல தங்கறதுக்கு இடம் மட்டும் ஏற்பாடு செஞ்சிக் கொடுத்தால் போதும். நானே வயசானவங்களைத் தேடி விசாரிச்சிக்கிறேன். நீங்க எத்தனை வருடமா இந்த கிராமத்திலே இருக்கீங்க"

"நான் பூர்வீகமில்லை. பத்து வருடமாதான் இங்கே இருக்கேன். நீங்க தங்கணும். அவ்வளவுதானே நம்ம வீட்டிலயே தங்கலாம். மாடியிலே ரூம் இருக்கு. ஒழுங்குபடுத்தி வைக்கச் சொல்றேன். மொதல்ல களைப்பு தீர ஓடையிலே குளிச்சுட்டு வந்துடுங்களேன்."

"சரிங்க" என்று எழுந்து பையின் ஜிப்பை இழுத்து லுங்கி, துண்டு, சோப்புப் பெட்டி எடுத்துக்கொண்டு, ஜிப்பை மூடி ஒரு ஓரமாக வைத்தான்.

"எங்க சார் இருக்கு ஓடை எப்படிப் போகணும்?"

"இருங்க. சுப்பையாவைக் கூட அனுப்பறேன்."

விறகு பிளந்து கொண்டிருந்த சுப்பையா தம்ளரில் மோருடன் வந்தான். வாங்கிக் குடித்தான் அசோக்.

"இவரை ஓடைக்கு அழைச்சுப் போய் விட்டுட்டு நீ வீட்டுக்குப் போய்டு. ரவைக்கு வயலுக்குப் போய்டறியா இல்லை சின்னக்கண்ணுவை அனுப்பட்டுமா?"

"இல்லை, நான் போயிடறனுங்க. சின்னக் கண்ணுவை அரிக்கேன்ல எண்ணெய் ஊத்தி வைக்கச் சொல்லுங்க. வாங்க சார்" என்றான் சுப்பையா.

இருவரும் வீட்டைவிட்டு வெளியே வந்தார்கள்... அவன் முன்னால் நடக்க அசோக் பின்னால் நடந்தான்.

"கொஞ்சம் நில்லுப்பா. மெதுவா நடக்கலாம். உன் வேகத்துக்கு என்னால முடியாது."

இருவரும் மெதுவாக நடந்தார்கள்.

"உனக்குகென்னப்பா வயசு?"

"நாப்பத்துக்கு மேலே இருக்குமுங்க."

"பூர்வீகம் இந்த ஊருதானே?"

"இல்லைங்க. ராமநாதபுரம் பஞ்சத்தப்போ பிழைக்க வந்து இங்கேயே தங்கிட்டேங்க. எங்க ஜனங்க. ஊர்ல கால்வாசி பேரு இருக்காங்க."

நடந்து கொண்டிருந்த அசோக் நின்றான்.

"இருப்பா இருப்பா. இந்தக் கட்டிடம் என்ன?"

"இதான் பள்ளிக்கூடம். கிழக்கால வந்தா வாசப் பக்கம். இது பின் சைடு."

"இங்கே ஒரே ஒரு பள்ளிக்கூடம்தானே இருக்குது?"

"இந்தக் கிராமத்துக்கு இதுவே ஜாஸ்தி. இதுக்கே சரியா புள்ளைங்க போவது இல்லை. பாதி புள்ளைங்க மத்தியான சோத்துக்காகத்தான் போகுது. படிக்கவா போகுது"

"இதே ஊர்ல பொறந்து, இதே ஊர்ல வளர்ந்து வாழ்ந்து கிட்டுக்கிற வயசானவங்களை நான் சந்திக்கணுமே."

"அதுக்கெனன பஞ்சமா பாத்துடலாமே... எவ்வளவு பேரு இருக்காங்க. குளிச்சுட்டு வாங்க அழைச்சுட்டுப் போறேன்."

பள்ளிக்கூடத்தைத் தாண்டி ஓடையை நோக்கி நடந்தார்கள்.

"இந்த பள்ளிக்கூடம் எத்தனை வருடமா இருக்கு?"

"ரொம்ப வருடமா இருக்குங்க."

நெளிந்து, வளைந்து, அசைந்து தண்ணீர் மின்னல் விரிப்புடன் மெத்தை அமைத்திருந்தது.

"நான் கரையிலே உட்கார்ந்திருக்கேன். குளிச்சுட்டு வாங்க" என்றான் சுப்பையா.

அசோக் சட்டையைக் கழற்றிவிட்டு, கைலியணிந்து பாண்ட்டைக் கழற்றிவிட்டு... தண்ணீரில் கால் வைத்தான்

"நீச்சல் தெரியுமா?"

"சுமாரா தெரியும். ஏன் ஆழமா"

“அதெல்லாம் இல்லை. சும்மா கேட்டேன்.”

எல்லாம் பிரச்சினைகளையும் தற்காலிகமாக மறந்து ஆனந்தமாகக் குளித்தான் அசோக். சில்லென்ற நீர் சிலிர்ப்பைத் தந்தது! உடம்பை இதமாக வருடி விட்டது அதன் மெல்லிய ஓட்டம்.

அசோக் குளித்துவிட்டுக் கரையேறித் துண்டால் துடைத்துக் கொண்டிருக்கும் போது... சட்டையணியாத, குண்டான ஒரு ஆள் சைக்கிளில் வந்து கரையோரமாய் இறங்கினான்.

“என்னடா சுப்பையா இங்கே, நிக்கிறே”

“சாரு பட்டணத்திலேர்ந்து வந்திருக்காரு. ஓடைக்கு வழி காட்டினேங்க...”

“பிரசிடெண்டுக்கு உறவா?” என்றார் அவர் அசோக்கைப் பார்த்து.

“இல்லைங்க. இன்னிக்குதான் அறிமுகமானோம்.”

“சார், இவரு இந்த ஊர்க்காரரு தான். கேக்கணும்னீங்களே” என்றான் சுப்பையா.

“என்ன கேக்கணும்?” என்றார் அவர்.

“சார், நீங்க இந்த ஊர்ல எத்தன வருடம் இருக்கீங்க?”

“பொறந்ததிலேர்ந்து இங்கேதான் இருக்கேன்.”

“இந்த ஊர் பள்ளிக்கூடம் எப்போ ஆரம்பிச்சது தெரியுமா?”

“இருபத்தஞ்சி வருடம் இருக்கும்.”

“ஒரு இருபது வருடத்துக்கு முன்னால் இந்த பள்ளிக்கூடத்திலே ஏதாவது அசம்பாவிதம் நடந்திருக்கா”

“ஒரு தடவை புயல் காத்திலே கூரை அப்படியே விழுந்திச்சு. ரெண்டு புள்ளைங்க செத்துப் போனாங்க அதான் ஞாபகம் இருக்கு. எதுக்கு கேக்கறீங்க?”

“சொல்றேன். வேற அசம்பாவிதம் ஏதாவது”

“வேற அசம்பாவிதம்னா? என்ன கேக்கறீங்க?”

தயங்கினான் அசோக்.

“இருபது வருடம் முன்னாடி இந்த பள்ளிக் கூடத்திலே யாராச்சும் தற்கொலை செஞ்சுக்கிட்டதா ஞாபகம் இருக்கா உங்களுக்கு?”

“தற்கொலை...” என்று யோசித்து... உடனே அவர் முகம் பிரகாசமாகி, “ஆமாய்யா... சந்தானம்னு ஒரு வாத்தியார் இந்த பள்ளிக்கூடத்துல வேலை பார்த்தான் அவன் இதே பள்ளிக்கூடத்துல தற்கொலை பண்ணிக்கிட்டான்.”

“தற்கொலைன்னா எப்படி?”

“தூக்கு மாட்டிக்கிட்டு தொங்கினான்” என்றார் அவர்.

அத்தியாயம்... 15

இருபது ஆண்டுக்கு முன்பு கிராமப் பள்ளிக்கூடத்தில் ஒரு நபர் தூக்கு மாட்டிக் கொண்டு இறந்து போனான் என்கிற செய்தியே அசோக்கினுள் ஒரு தனி ஆர்வத்தை ஏற்படுத்தியது.

பள்ளிக்கூடத்தில் தூக்குக் கயிறு தொங்குவதாக மனக்காட்சியில் கண்ட வித்யா நிச்சயமாக மறு பிறப்புதான் என்று ஊர்ஜிதமாக நம்ப ஆரம்பித்தான் அசோக்

சைக்கிளை ஸ்டாண்ட் போட்டுவிட்டு வேப்பங் குச்சியால் பல் துலக்கிக் கொண்டே தகவல் சொன்ன அந்த நபர் இவன் தோளைத் தொட்டு அசைத்தார்.

என்ன தம்பி, அப்படியே மலைச்சி போய் நின்னுட்டிங்க? அந்த சந்தானம் வாத்தியார் தூக்கு மாட்டிக்கிட்டு தற்கொலை பண்ணிக்கிட்டாருன்னதும் மலைச்சிப் போயிட்டிங்களே... உங்க உறவுக்காரரா அவரு?

“இல்லைங்க.”

“சரி. நான் குளிக்கிறேன்” என்று வேஷ்டியை அவிழ்த்து கரை ஓரமாக வைத்துவிட்டு ஓடையில் இறங்கினார் அவர்.

“வீட்டுக்குப் போகலாமாங்க” என்றான் வேலைக்காரன் சுப்பையா.

“இவரு யாரு?” என்றான் அசோக்.”

“இவர் பேர் கனகசபை. ஊர் பெரிய மனுசங்கள்ல ஒருத்தர்.”

கனகசபை மார்பளவு ஆழத்தில் நின்று கொண்டு மூக்கைப் பிடித்துக் கொண்டு தண்ணீரில் முக்கி முக்கி எழுந்து கொண்டிருந்தார்.

“போலாமாங்க”

“இரு சுப்பையா, தற்கொலை பண்ணிகிட்ட சந்தானம் வாத்தியாரைப் பத்தி இன்னும் கொஞ்சம் தகவல் அவர்கிட்டே கேக்கணும் நான்.”

“குளிச்சுட்டு வரட்டும், கேளுங்க.”

கனகசபை குளித்துவிட்டு வரும்வரை அசோக் கரையோரமாக மெல்ல உலாத்தினான். மென்மையாய் முகத்தில் உராய்ந்தது தென்றல். சுப்பையா கனகசபையின் ஸ்டாண்ட் போட்ட சைக்கிள் பெடலை பின்பக்கமாகச் சுற்றி அதனால் வரும் சத்தத்தை ரசித்துக் கொண்டிருந்தான்.

அசோக் தூரமாய் பார்த்தான். அவன் மனதில் பல விதமான கற்பனைகள் வடிவெடுத்தன. வித்யாதான் போன பிறவியில் அந்த சந்தானம் வாத்தியாராக இருக்குமா? அதனால்தான் அவள் மனக்கண்ணில் தூக்குக் கயிறு தெரிந்ததோ?

சந்தானம் சாதாரணமாக இறந்திருந்தால் மறுபிறப்பு இல்லாமல் இருந்திருக்குமோ? பல நிறைவேறாத ஆசைகள் காரணமாய் இறந்தபின் ஆவியாய் அலைந்து குழந்தை வித்யாவின் உடலில் குடியேறி விட்டதோ?

அசோக்கிற்கு சிலிர்த்தது.

சந்தானம் யார்? அவர் எதற்காக தற்கொலை செய்துக் கொண்டார்? சந்தானம் சரியாக எந்த தேதியில் தற்கொலை செய்துக்கொண்டார்? கல்யாணி சங்கர் இந்த இரண்டுபேரும் யார்? சந்தானத்தின் முடிவிற்கு இவர்கள் காரணமா?

இந்தக் கேள்விகளுக்கு விடை தெரிந்தால் ஒரு முடிவுக்கு நிச்சயமாக வந்து விடலாம். இவைகளுக்கு விடை தெரியாமல் இந்த கிராமத்தை விட்டுப் போவதில்லை.

நிமிர்ந்த அசோக்கிற்கு தூரத்து மாந்தோப்பு கண்ணில் பட்டது.

நினைவில் பொறி

ஓடையில் குளித்தபின் இந்த மாந்தோப்பு ஈர்த்ததனால்தானே அந்த மாந்தோப்பிற்குப் போனாள் வித்யா. அங்கேதானே மயக்கமுற்றாள் போன பிறவியில் இந்த மாந்தோப்பும் ஒரு முக்கிய பங்கு வகித்திருக்கிறது.

“சுப்பையா?”

சைக்கிளின் பெடலைச் சற்றுவதை நிறுத்திவிட்டு அசோக்கின் அருகில் வந்தான் சுப்பையா.

“என்னங்க?”

“ஓடைக்கு அருகாமையிலே அந்த மாந்தோப்பை விட்டா வேற மாந்தோப்பு எதுவும் இருக்கா?”

“இல்லையே... இது ஒண்ணுதான் இருக்கு.”

“இது யாரோட தோப்பு?”

“அய்யாவோடது.”

“அய்யான்னா உன் முதலாளியா?”

“அவர் இல்லைங்க. அவர் பேரு சிவக்கண்ணு. எல்லாரும் அய்யா அய்யான்னுதான் கூப்படறது. நிறைய நில புலம் இருக்கு. தோட்டம் தொறவுன்னு பெரிய வரவு செலவு. மரம் அறுக்குற மிஷின்கூட போட்டுருக்காரு”

கனகசபை குளித்து முடித்து துண்டால் முதுகைத் துடைத்துக் கொண்டே சைக்கிளுக்கு வந்தார்.

“சார். இன்னும் கொஞ்சம் உங்ககூட பேசணும்” என்றான் அசோக்.

“பேசுவமே... நடந்துகிட்டே பேசலமா?” என்று சைக்கிளை ஸ்டாண்ட் எடுத்தார்.

"சுப்பையாவை நீங்க வீட்டுக்குப் போங்க. நான் இவர்கூட பேசிட்டு பிரசிடெண்டு வீட்டுக்குப் போய்க்கிறேன்."

இருவரும் ஓடையின் கரையோரமாக இருபுறமும் புற்கள் இருக்க நடுவிலே தலைவகிடாகச் சென்ற ஒற்றையடிப் பாதையில் ஊருக்குள்ளே நடந்தார்கள்.

"சார் தற்கொலை செஞ்சிக்கிட்ட சந்தானம் வாத்தியார் பத்தி நிறைய விபரம் வேணும் எனக்கு."

"எனக்கு அத்தனை ஞாபகம் இல்லை. அந்தாளு மூஞ்சிகூட நினைவில்லையே. பள்ளிக்கூடத்திலே யாராச்சும் தற்கொலை பண்ணிக்கிட்டாங்களான்னு நீங்க கேட்டவுடனே அவரு தற்கொலை பண்ணிக்கிட்டது நினைவு வந்திச்சி. தவிர அதிகமா விபரம் தெரியாதே எனக்கு" என்றார் கனகசபை.

"உங்களுக்குத் தெரிந்ததை மட்டும் சொல்லுங்க. அவர் ஏன் தற்கொலை செஞ்சிக்கிட்டார்ன்னு ஞாபகம் இருக்கா?"

"அதெல்லாம் ஞாபகம் இல்லை. ஆனால், அவரோட சாவிலே ஏதோ மர்மம் இருக்குன்னு அப்போ பேசிக்கிட்டாங்க"

"கல்யாணம் ஆனவரா?"

"ஆமாம், ரெண்டு குழந்தைங்க கூட இருந்ததா ஞாபகம்."

"அவர் குடும்பம் இப்போ எங்கே இருக்கு?"

"வாத்தியாரு சொந்தக்காரன் கோனையன்னு ஒருத்தன் இருக்கான். என்கிட்டேதான் வேலை பார்க்கறான். அவனைக் கேட்டாத் தெரியும். அவன் இன்னும் விபரம் சொல்லுவான்."

"நான் உங்களோடவே வர்றேன் சார். அவனை எனக்குக் காட்டுங்க..."

"சரி பின்னால குந்துங்க போலாம்" என்று சைக்கிளில் ஏறினார் கனகசபை. பின்னால் அமர்ந்து கொண்டான் அசோக்.

ஓடை அவர்களை விட்டு விலகி மிக தூரத்தில் போய்க் கொண்டிருந்தது.

போனில் உரத்த குரலில் பேசிக் கொண்டிருந்தாள், டாக்டர் அகிலா.

"ஆமாம், அகிலாதான் பேசறேன். சொல்லுங்க அப்பா. சரி, சரி. இன்னும் ரெண்டு நாள் கழிச்சு வர்றிங்களா? வாங்க. இங்கே என்ன அவசரம்? பூபதியா அவனுக்கு என்ன? வேளாவேளைக்கு சாப்பிட்டுட்டு சுத்திட்டு வர்றான். சரி, நிதானமா இன்னும் ரெண்டுநாள் வேணாம்னாலும் இருந்துட்டு வாங்க. வச்சிடட்டுமா?"

வைத்துவிட்டு வந்து சோபாவில் வித்யாவுக்கு எதிராக அமர்ந்தாள் அகிலா.

"ம்? அப்புறம் சொல்லும்மா, என்ன பேசிக்கிட்டு இருந்தோம் நாம?"

"உன் கையிலே கத்தியைக் கொடுத்தா நீ அதை வச்சி என்ன செய்வேன்னு கேட்டிங்க டாக்டர்" என்றாள் வித்யா.

"ஆமாம், அதான் கேட்டேன், பதில் சொல்லு. என்ன செய்வே நீ?"

"எப்படி சொல்றது? நான் எந்த மனநிலையில் இருக்கேங்கறதைப் பொருத்ததில்லே அது."

"சரி, உனக்கு இந்த கனவுக் குழப்பம் வருதில்லையா? உன்னை அறியாமல் எதுக்காகவோ பயப்படறே. பதர்றே. அந்த சமயத்திலே என்ன செய்வே?"

"ஆத்திரம் தீர சோபாவைக் குத்துவேன். மெத்தையைக் குத்திக் கிழிப்பேன். ஆமாம் டாக்டர், அந்த அளவுக்கு ஒரு வேகம் வருது. நேத்து எதுக்காக ரூமிலே எல்லாத்தையும் எறிஞ்சு, கலைச்சுப் போட்டேன்? என்னை எது பாதிக்குது. நான் ஏன் இப்படி எல்லாம் நடந்துக்கிறேன். சொல்லுங்க டாக்டர்!"

"ஒண்ணுமில்லை. சில குழப்பங்கள், அவ்வளவுதான்... அதுக்காகதான் உனக்கு மாத்திரைகள் தர்றேன். கவசம் படிக்க சொல்றேன். யோகாசனம் கத்துத் தர்றேன். வாக்கிங் அழைச்சுட்டுப் போறேன். இதெல்லாம் மனசை லேசாக்கறதுக்கான முயற்சிகள். இன்னும் நாலு நாள் கழிச்சு உனக்கு மின்சார அதிர்ச்சி தரப்

போறேன். அதற்கப்புறம் சுத்தமா உனக்கு எந்த பிரச்சினையும் இல்லை."

இப்போது மாடியில் இருந்து பூபதி இறங்கி கீழே வந்தான்.

"பூபதி. அப்பா போன் செஞ்சார். நாளைக்கு வர்றதா இருந்தாரில்லையா? இன்னும் ரெண்டு நாள் கழிச்சு வர்றாராம்" என்றாள் அகிலா.

"அப்பாவுக்கு பம்பாய் போயிட்டார்ன்னா திரும்பி வர மனசே வராதே... நான் வெளியே போயிட்டு வர்றேன்க்கா. அலோ வித்யா" என்றான் பூபதி.

செயற்கையாய் சிரித்தாள் வித்யா.

"உன்னை ஊர் சுத்தாம வீட்ல இருக்கச் சொன்னார் அப்பா"

"இவர் மட்டும் பம்பாய், டெல்லின்னு சுத்தலாம். நான் பாரீஸ் கார்னர், அண்ணாசாலைன்னு போகக் கூடாதா? நான் சுத்தறது எதுக்காக? நாலு விஷயங்கள் தெரிஞ்சுக்கிட்டு அறிவை வளர்த்துக்கறத்துக்காக இப்போ மார்னிங் ஷோ இங்கிலீஷ் படம் போறேன். வித்யாவை அனுப்பறியா அழைச்சுக்கிட்டுப் போறேன். அந்தப் பொண்ணுக்கும் ஒரு மாற்றமா இருக்கும்."

"வித்யா, போறியாம்மா?" என்றாள் அகிலா. "இல்லை, போகலை."

"நீ போ பூபதி."

அவன் வேகமாக வெளியேறினான் காரை எடுத்துக்கொண்டு சாலையில் சீறி தன் நண்பனின் வீட்டிற்கு வந்தான். அவனின் தனி அறைக்கு வந்ததும் அவர்கள் பீர் அருந்தினார்கள். புகை விட்டார்கள்.

"தோழா, ஒரு யோசனை சொல்டா" என்றான் பூபதி

"என்ன யோசனை?"

"வித்யான்னு ஒரு மனக்கோளாறு உள்ள பொண்ணு என் வீட்டுக்கு வந்திருக்கு. அக்கா அவள் நடவடிக்கைகளை

கவனிக்கறதுக்காக வீட்லயே... அதுவும் என் பக்கத்து ரூம்லேயே தங்க வச்சிருக்கா. எங்கக்காவுக்கு என் மேல அபார நம்பிக்கை. ஆள் சும்மா டக்கர் மச்சான். பேசிப் பார்த்தேன். பேச்சிலே மடக்க முடியற கேஸ் இல்லை இது. என்ன செய்யலாம் சொல்லு."

பூபதி விபரமாக வித்யாவைப் பற்றி சொன்னான்

"போடா முட்டாள். அருமையான ஐடியா இருக்கு" என்றான் நண்பன்.

"என்னடா?"

"தினம் ராத்திரி தூக்க மாத்திரை சாப்பிட்டுதான் தூங்கறான்னு சொன்னியே... அந்த தூக்க மாத்திரையோட அளவை அவளுக்குத் தெரியாமல் அதிகப் படுத்திட்டா... அப்புறம் அதிக எதிர்ப்பே இல்லாம ரொம்ப சுலபமா உனக்குக் கிடைச்சிட மாட்டாளா?"

பூபதி அவனைக் கட்டியணைத்துக் குதித்தான்.

"அருமையான ஐடியா சொன்னே... நன்றி" என்றான்.

அத்தியாயம்... 16

வைக்கோல் போர் அருகே நின்று சற்று நனைந்து போயிருந்த வைக்கோலை வெயிலில் பரப்பிப் போட்டுக் கொண்டிருந்தான் கோனையன்.

கனகசபையும், அசோக்கும் சைக்கிளில் வந்து இறங்கினதை முதலில் அவன் கவனிக்கவில்லை. சைக்கிளின் மணியை அழுத்தியதும் நிமிர்ந்து பார்த்து... உடனே தலையில் முண்டாசாகக் கட்டியிருந்த துண்டை அவிழ்த்து இடுப்பில் கட்டிக்கொண்டு அருகில் வந்து, “அய்யா” என்றான்.

“இவன்தான் கோனையன்” என்றார் கனகசபை அசோக்கிடம். பின் அவன் பக்கம் திரும்பி, “டேய் கோனையா, சார் உங்கிட்ட சில விபரங்கள் கேட்பாரு தெளிவா சொல்லு. சார், நான் வீட்டுக்குப் போறேன். நீங்க பேசுங்க” என்று சைக்கிளில் ஏறிப் புறப்பட்டுச் சென்றார் கனகசபை.

வைக்கோல் போர் அருகே இருந்த ஒரு பெரிய சதுர கருங்கல் மேல் அமர்ந்து கொண்டான் அசோக்.

மார்பெல்லாம் வியர்வை கிளை கிளையாக வழிய... கண்களைச் சுருக்கி அவனைப் புரியாமல் பார்த்துக் கொண்டு நின்றான் கோனையன்.

“உக்காருங்க இப்படி.”

“அய்யோ... சும்மா... நிக்கிறேனுங்க. சாருக்கு பட்டணங்களா?”

“ஆமாம். உங்க சொந்தக்காரராமே இருபது வருடத்துக்கு முன்னாடி பள்ளிக்கூடத்திலே வாத்தியார வேலை பார்த்த சந்தானம் என்கிறவர்?”

“ஆமாங்க, எனக்கு தம்பி மொறை வேணும். பெரியப்பா புள்ளை.”

“இப்படி நிழல்ல வைக்கப்போர் ஓரமா உக்காருப்பா. நிறைய பேசணும் உங்கிட்டே...”

அசோக் எதிரே வந்து, ரொம்ப தயங்கி அமர்ந்தான் அவன்.

“சந்தானம் தற்கொலை செஞ்கிக்கிட்டாரா”

“ஆமாங்கய்யா. பள்ளிக்கோடத்துலேயே கயிறு மாட்டி தொங்கிட்டானுங்க...”

“ஏன் தற்கொலை செஞ்சுக்கிட்டார்.”

கோனையன் இந்த கேள்விக்கு மவுனாமானான்.

“சும்மா சொல்லுப்பா தயங்காம.”

“சாரு. போலீஸ்காரங்களா?”

“இல்லைப்பா. வேற ஒரு முக்கியமான தகவலுக்காகத்தான் இதெல்லாம் விசாரிக்கிறேன் தைரியமா சொல்லு.”

“அவனுக்கென்ன சார் கொறை? கல்யாணங்கட்டி மணி மணியா ரெண்டு குழந்தைங்க வேற. மாசா மாசம் சம்பளம். வருவாய்க்கு குறைவில்லாமல் வயக்காடு வேற கொஞ்சம் வச்சிருந்தான். பிறகு ஏன் அவன் உயிரை முறிச்சுக்கணும்?”

“அதைத்தான் நானும் கேக்கறேன்.”

“அந்த சமயத்தில எங்களுக்கு யாருக்கும் விளங்கலை. என்ன கவலையில தூக்குல தொங்குனான்னு அவன் பெண் சாதிக்கும் தெரியலைங்க.”

“போலீஸ் எதுவும் கண்டுபிடிச்சாங்களா?”

“போலீசார் இங்கே ஏது போலீசு”

“சரி, பக்கத்திலே எங்கயாச்சும் ஸ்டேஷன் இருந்துருக்குமே... தகவல் சொல்லி அவங்க வரலையா?”

“அதெல்லாம் டவுன்லதான் ஒழுங்கா நடக்குமுங்க. போலீசுக்கு சொன்னா உடம்பை கண்டந்துண்டமா வெட்டிதான் திருப்பிப் கொடுப்பாங்கிறதனாலே... ஜாதி ஜனம் எல்லாம் கூடி போலீசுக்கு தகவல் சொல்ல வேணாம்னு முடிவு செஞ்சி கிராமத்துக்குள்ளேயே விஷயத்தை அமுக்கிப் புட்டோமுங்க”

“கடைசிவரைக்கும் ஏன் தற்கொலை பண்ணிக்கிட்டான்னு தெரியவே இல்லையா?”

“அப்புறம் அரசல் புரசலா கொஞ்சம் காதுல விழுந்திச்சிங்க. அதெல்லாம் எவ்ளோ தூரம் மெய்யின்னு தெரியாதுங்க”

“என்ன காதுல விழுந்திச்சி?”

“அதெல்லாம் கேக்காதிங்க. பெரிய எடத்துப் பொல்லாப்புங்க.”

“சும்மா சொல்லுப்பா. யார்கிட்டேயும் போய் நான் சொல்லப் போறது இல்லை.”

“அய்யா இருக்காருல்லயா?”

“யாரு அய்யா? ஓ... சிவக்கண்ணு... பணக்காரப் புள்ளி... அவர்தானே?”

“அவர்தான். அய்யான்னுதான் சொல்றது வழக்கம். அவருதான் சந்தானத்தை ராவோடு ராவா கொன்னுப்புட்டு பள்ளிக்கூடத்திலே தற்கொலை பண்ணிக்கிட்ட மாதிரி கயிறு கட்டி மாட்டி வச்சுட்டதா ஒரு புரளி... பெரிய இடம். நீங்க வார்த்தைய வெளில விட்டுடாதிங்கய்யா...”

“இல்லை. அவருக்கும் சந்தானத்துக்கும் என்ன பகை?”

“தெரியலிங்க.”

“ரெண்டு பேருக்கும் பழக்கம் இருந்து நீங்க பார்த்திருக்கிங்களா?”

“இல்லைங்க. சந்தானம் ஒரு சோம்பேறி புள்ளைங்க. சதா ஒரு பொய்த்தவத்தை கையில வச்சிக்கிட்டு வீட்லயே குந்திருக்கும். சிநேகிதம்னு யாரும் இல்லை. யாரு வம்புக்கும் போகாதவன்.”

“அப்படிப்பட்டவனை எதுக்காக கொல்லணும்?”

“தெரிலிங்களே... சரி, எதுக்குத்தான் தானா முடிவு தேடிக்கணும்?”

“சரி, இப்போ சந்தானத்தோட பிள்ளைங்க பொண்டாட்டி எல்லாம் எங்கே இருக்காங்க”

“பக்கத்துலதான். மையல்பட்டில் இருக்காங்க. ஒரு பயல் ஓட்டல் வச்சிருக்கான். இன்னொருத்தன் எவளையோ இழுத்துக்கிட்டு ஓடிப்போயிட்டான்.”

“எங்கே இருக்கு மையல்பெட்டி”

“கிழக்கால நாலு மைல் தள்ளி இருக்கு.”

“நாளைக்கு நீங்க என்கூட வர முடியுமா? அங்கே போலாம்.”

“எசமான்கிட்ட சொல்லுங்க. அனுப்பிச்சா வர்றேன்.”

“சொல்றேன். அது போகட்டும்... சந்தானம் உசிரோட இருந்த காலத்திலே அவருக்குத் தெரிஞ்சவங்க கல்யாணி, சங்கர்ன்னு ரெண்டு பேரு... இருந்தாங்க - உங்களுக்கு அவங்களை ஞாபகம் இருக்கா?”

“என்ன பேரு சொன்னிங்க?”

“கல்யாணி, சங்கர்.”

“நினைவில்லைங்களே... அவங்களைப்பத்தி மேல் விவரம் சொல்லுங்க.”

“அந்த மேல் விவரம்தான் நான் தேடிக்கிட்டிருக்கேன். நாளைக்கு மையல்பட்டி போகலாம். உங்க எசமான்கிட்டே நான் கேட்டுக்கறேன். வேலையைப் பாருங்க. வாறேன்” என்று நடந்தான் அசோக்.

கீழே ஹாலில் டொய்ங்... என்று பதினோரு முறை சுவர் கடிகாரம் கத்திவிட்டு, அதன் எதிரொலியை வீடு முழுக்க பரவவிட்டு அடங்கியது.

வித்யா புரண்டு படுத்தாள்.

அவளுக்குள் இப்போது ஒரு பறவை படபடவென்று சிறகுகளை விரித்து விரித்து அடித்துக் கொண்டது. நெஞ்சம் மீது, கூரிய ஏதோ ஒன்று விடாமல் பிராண்டியது. தலையின் பொட்டுக்களில் பழைய தலைவலி மெல்ல மெல்ல விஸ்வரூபம் எடுத்துக் கொண்டிருக்க...

மனத்திரையில் கறுப்பாக... அடர்த்தியாக... ஒரு மேகம்போல ஏதோ ஒன்று மெல்ல மெல்ல மிதந்து வந்தது.

வித்யாவின் முகம், கழுத்து எல்லாம் வியர்வை வழிந்து படுக்கையையும் கசகசப்பாக்கிக் கொண்டிருந்தது வழக்கத்தைவிட வித்தியாசமாக ஏதோ ஒன்று நிகழ்ந்து கொண்டிருந்தது அவளுக்குள்.

மிதந்து வந்த கறுப்புக் குழப்பம் மெல்ல கரைந்தது... இப்போது அங்கே முழுக்க பசுமையாக... அடர்த்தியாக ஒரு பரப்பு. குழப்பமாக இரண்டு கறுப்பு பிம்பங்கள் அவைகளின் மேல் அசைந்தன.

அந்த கறுப்பு வடிவங்களுக்கு முகம் இலை. நிழல்கள் போல இரண்டு கறுப்புகள். பின்னணியில் பச்சைப் பரப்பு.

வினாடிகள் அதிகரிக்க... அதிகரிக்க... வித்யாவின் தலைவலியும் அதிகரிக்க...

அந்த குழப்பங்கள் கொஞ்சம் கொஞ்சம் இப்போது தெளிவாகி இருந்தது. ஒரு காட்சியை எண்ணெய் தடவின கண்ணாடி வழியாகப் பார்த்தால் தெரிகிற குழப்பமான, ஆனால் ஓரளவு புரியக்கூடிய காட்சிபோல இருந்தது.

அந்த பச்சை விரிப்பில் பல மரங்கள் தெரிந்தன. இரண்டு கறுப்பு பிம்பங்களும் கொஞ்சம் தெளிவாகி... மனித உருவங்களாகத் தெரிந்தன.

மேலும் வினாடிகள் அதிகரிக்க...

மேலும் மேலும் தெளிவு.

மேலும் மேலும் தெளிவு.

மேலும் மேலும் தெளிவு.

இப்போது வித்யாவின் மனதில் அந்தக் காட்சி மிகத் தெளிவாக எந்தக் குழப்பமும் இல்லாமல் ஒரு கலர் புகைப்படம் போல... சினிமாத் திரையில் காட்சிபோல பளிச் என்று இருந்தது.

அது ஒரு தோப்பு, சுற்றிலும் மரங்கள். மாமரங்கள். கிளைகள் வளைந்து மிக நிழல் பரப்பியிருக்க... ஓர் அகலமான மாமரம், அதனடியில் இரண்டு பேர் அமர்ந்திருக்கிறார்கள். ஒரு ஆண், ஒரு பெண், சற்றுத் தள்ளி ஒரு சைக்கிள் நின்று கொண்டிருக்கிறது. அதன்மேல் ஒரு வயலின் இசைக் கருவி.

அவர்கள் பேசிக்கொண்டு இருக்கிறார்கள்.

அவர்கள் பேசுவது பக்கத்தில் உட்கார்ந்து பேசுவதுபோல மிகத் தெளிவாகக் கேட்கிறது.

“கல்யாணி.”

“ம்...”

“உன் கைக்கு மருதாணி எவ்வளவு எடுப்பா இருக்கு தெரியுமா?”

“அப்படியா?”

“அப்படியே விரலைக் கடிச்சிடலாமான்னு இருக்கு”

“கடிங்க” என்று தன் விரலை அவன் வாயருகே எடுத்துப் போகிறாள்.

அவள் கையைப் பற்றி... அந்த விரல் மிருதுவாகக் கவ்வி... செல்லமாகக் கடித்து, பின் கையில் முத்தமிடுகிறான்.

“நான் போகிறேன். அம்மா காத்திருப்பாங்க.”

“கொஞ்ச நேரம் வாசிச்சுக் காட்டிட்டுப் போ.”

“யாரோடது இது”

“பக்கத்தூர்ல என் சிநேகிதன்கிட்டே கேட்டு வாங்கிட்டு வந்தேன். உங்க வீட்லேர்ந்து நீ வயலினை எடுத்துகிட்டு வரமுடியாதுன்னு சொன்னதாலே தான் இப்படி...”

“பின்னே? என் மனசு நிறைஞ்ச காதலருக்கு வாசிக்கணும், எடுத்துட்டுப் போறேன்னு சொல்லி கொண்டார முடியுமா?”

“இந்தா... வாசி.”

சைக்கிளில் இருந்து கருவியை எடுத்துத் தருகிறான்.

“இன்னொருத்தரோட வாத்தியத்திலே எனக்கு வாசிக்க வராது. சுருதி கூட்டணும். இப்போ நேரமாச்சிங்க. இன்னொரு நாள் வாசிக்கிறேன்.”

“சரி, புறப்படறியா?”

“ஆமா”

“இந்தா ஒரு ரூபா நாணயம். நம்ம வழக்கப்படி... நாம இந்த தோப்புல சந்திக்கிறத்துக்கு கட்டணமா தோப்பு சொந்தக்காரருக்கு போட்டுடு...”

அவள் அந்த நாணயத்தை அவர்கள் அமர்ந்திருந்த மரத்தில் இருந்த அகலமான, ஆழமான பொந்திற்குள் போட்டாள்.

“இது என்னங்க விசித்திரப் பழக்கம்?”

“என்னைக்காச்சும் அவர் மரம் வெட்டறப்போ இந்த காசெல்லாம் அவரை சேரட்டும்ங்கறத்துக்காக, போகட்டும். வழக்கம்போல நாம பிரியறப்போ என் பேரை ஒரு தடவை சொல்லச் சொல்வேனில்லே. எங்கே என் பேர் சொல்லு.”

“போங்க வெக்கமா இருக்கு. சும்மா சும்மா புருஷனா வரப்போறவர் பேரைச் சொல்லிக்கிட்டு... நான் மாட்டேன்.”

“பரவால்லை, சொல்லு.”

கல்யாணி முகத்தை மூடிக்கொண்டு, வெட்கத்தின் நடுவில், “சங்கர்” என்கிறாள்.

17 அத்தியாயம்...

வித்யாவின் மனத்திரையில் குழப்பம் இல்லாமல் மிகத் தெளிவாக அந்த காட்சிகள் தெரிந்தன. மிக வெட்கப்பட்டு, தயங்கி, “சங்கர்” என்று கல்யாணி உச்சரிப்பதைப் பார்க்க முடிந்தது. துல்லியமாகக் கேட்க முடிந்தது.

விழித்துக் கொண்டாள் வித்யா.

அந்த அறை முழுக்க பத்து கல்யாணிகள், பத்து சங்கர்கள் தெரிந்தார்கள். பத்து கல்யாணிகளும் ஒரே நேரத்தில், “சங்கர்” என்றார்கள்.

தலையில் யாரோ அடிப்பது போல வலி கொஞ்சம் கொஞ்சமாக அதிகரித்தது. வித்யா தலையை ஒரு தரம் உலுக்கிக் கொண்டாள். படுக்கையில் சாய்ந்தாள்.

உறங்கிப் போனாள்.

அசோக்கின் சைக்கிள் அந்த மண்பாதையில் சென்று கொண்டிருந்தது. பின்னால் கோனையன் உட்கார்ந்திருந்தான். பிரசிடெண்டின் சைக்கிள் அது. மையல்பட்டி போக வேண்டும் என்று சொன்னதும், பஸ்சுக்காக காத்திருந்தா நடக்காது எனது சைக்கிளை எடுத்துக்கிட்டுப் போங்க என்று தந்துவிட்டார் அவர்.

மண்பாதையின் இரண்டு புறங்களிலும் வயல்கள்.

காற்று இதமாயிருந்தது.

“கோனையா.”

“என்னங்கய்யா?”

“நல்லா தெரியுமில்லே, சந்தானம் வாத்தியாரோட சம்சாரமும், பையனும் மையல்பட்டிலதானே இருக்காங்க?”

“என்ன சாரு, என் உறவுக்காரங்க இல்லியா அவங்க தப்புத் தகவல் சொல்வேனுங்களா? போன சித்திரைக்குக்கூட வந்து பாத்துட்டு வந்தேன். அங்கதான் இருக்காங்க.”

அசோக் அமைதியாக சைக்கிளை மிதித்தான். சந்தானத்தின் மனைவியிடம் இருந்து உபயோகமான தகவல்கள் கிடைத்தால் பரவாயில்லை. கிடைக்குமா? பார்க்கலாம்.

கடையப்பட்டியைவிட மிகச்சிறிய கிராமமாய் இருந்தது மையல்பட்டி. அநேகமாக எல்லாமே குடிசைகள் விவசாயக் குடும்பங்கள்.

“பீச்சாங்கை பக்கமா திரும்புங்க.”

கோனையன் சொன்ன வழிகளில் திரும்பி அவன் நிறுத்தச் சொன்ன ஓட்டு வீட்டின் முன்னால் நிறுத்தி இறங்கி ஸ்டாண்டு போட்டான் அசோக்.

கோனையன் திறந்திருந்த வீட்டின் கதவைத் தள்ளி உள்ளே போய், சில வினாடிகளில் தலையை மட்டும் நீட்டி, “இருக்குது. உள்ளே வாங்க” என்றான்.

தலை இடித்துக் கொள்ளாமல் ஜாக்கிரதையாகக் குனிந்து வீட்டின் உள்ளே வந்தான் அசோக்.

ஐம்பது வயதிருக்கும். அந்தப் பெண் அவசரமாக ஒரு முக்காலியைக் கொண்டு வந்து போட்டு, தன் முந்தானையால் அதை துடைத்துவிட்டு, “உக்காருங்க ஐயா” என்றாள். பொட்டு வைத்திருக்கும்போது, இருபது வருடங்களுக்கு முன் மிக அழகாய் இருந்திருப்பாள்.

அசோக் அமர்ந்தான்.

கோனையன் அவளிடம், “அலமேலு, உன் புருசன் சந்தானத்தைப் பத்தி கொஞ்சம் விவரமா தெரிஞ்சுகிறதுக்காக வந்துருக்காரு இந்த தம்பி. போலீசு இல்லை. சும்மா தைரியமா சொல்லு” என்றான்.

“என்ன தெரிஞ்சுக்கணும் என் புருசனைப்பத்தி? எதுக்காக?” என்றாள்.

அசோக் உண்மையை சொல்லிவிட முடிவு செய்தான்.

“இந்த பாருங்கம்மா, நான் கல்யாணம் செஞ்சுக்கப் போற பொண்ணு வித்யான்னு பேரு. அவளுக்கு போன ஜென்மத்து ஞாபகம் கொஞ்சம் கொஞ்சமா திரும்பிக்கிட்டிருக்கு. போன பிறப்பிலை அதாவது இருபது வருசம் முன்னாடி இதே கிராமத்திலே... கடையப்பட்டில வாழ்ந்திருக்கான்னு தெரியுது. உங்க புருசன் சந்தானம் பள்ளிக்கூடத்திலே தூக்கு மாட்டிக்கிட்டு இறந்ததை அவளால நினச்சுப் பார்க்க முடியுது. அப்படின்னா என்ன அர்த்தம்? இரண்டே விளக்கம்தான் இருக்கு. ஒண்ணு என் வித்யாதான் போன பிறவியில உங்க புருசன் இல்லைன்னா அவளோட நினைவுகள்ல சந்தானம் தூக்கு மாட்டித் தொங்கறது எப்படி வர முடியும்? அதனாலதான் சந்தானத்தோட வாழ்க்கையைப் பத்தி கொஞ்சம் விபரமா தெரிஞ்சுக்க உங்ககிட்டே வந்தேன். நீங்க சொல்ற தகவல்கள் மனம் பேதலிச்சுத் தவிக்கிற என் வித்யாவை குணப்படுத்த ரொம்ப உதவும்மா” என்றான்.

அலமேலு அப்படியே திகைத்துப்போய் நின்றாள்.

“என்னங்கய்யா என்னென்னவோ சொல்றீங்களே. இறந்து போன என் புருசன மறு பொறப்பு எடுத்துருக்காரா”

“அப்படி இருக்கலாம்னு ஒரு யூகம்தான். தீர்மானமா நான் இன்னும் முடிவுக்கு வரலை.”

“நிசமாலும் தான் சொல்றீங்களா?”

“உங்களைத் தேடி விசாரிச்சு வந்து பொய் சொல்லணும்னு எனக்கு என்னம்மா அவசியம்?”

"என்னால நம்பவே முடியலைங்க. என் புருசன் தூக்கு மாட்டிக்கிட்ட விசயத்தை அந்தப் பொண்ணு சொல்லுதா"

"சொல்லுது. உணர்ந்து பார்க்குது. பயந்துக்குது. இப்போ ஒரு டாக்டர் வீட்டுல தங்கி சிகிச்சை எடுத்துக் கட்டிருக்கு."

"பாவமே... உங்களுக்கு என்ன தகவல் வேணும் சொல்லுங்க."

"முதல்ல எனக்கு இது தெரியணுங்க. சந்தானம் தற்கொலைதான் செஞ்சிக்கிட்டாரா அப்படின்னா அதுக்கு. என்ன காரணம்?"

கையைக் கட்டிக்கொண்டு ஓரமாய் நின்ற கோனையனைப் பார்த்து, "ஐயா வந்து எம்மா நேரம் ஆச்சி. ஓடிப்போய் தோப்புல முனுசாமி இருக்கும். சொல்லிட்டு - ரெண்டு இளநி பறிச்சுக்கிட்டு வாயேன்" என்றாள்.

"நீங்க பேசுங்க. வர்றேன்" என்று கோனையன் வெளியே போனான்.

அலமேலு கரையில் அமர்ந்து கொண்டாள். "தம்பி, அது தற்கொலையே இல்லைங்க தம்பி. பெரிய எடத்துப் பொல்லாப்பு வரும்னு நான் வெளியே சொல்லாமல் உள்ளுக்குள்ளேயே முழுங்கிக்கிட்டேங்க."

"என்ன சொல்றிங்க. சந்தானம் தற்கொலை செஞ்சுக்கலையா பின்னே எப்படி இறந்தார்"

"விவரமா சொல்றேன் தம்பி. கடையப்பட்டில அப்பவும் சரி, இப்பவும் சரி ஊர்ல ரொம்ப செல்வாக்கு அய்யாவுக்கு. அய்யான்னா..."

"சிவக்கண்ணு தானே?"

"அவர் தான். என்னென்ன கெட்ட பழக்கம் உண்டோ அத்தனையும் உண்டு அந்தாள்கிட்டே. அவர்கூட என் புருசன் பழக்கம் வச்சிக்கிட ஆரம்பிச்சார். நான் கண்டிச்சேன், அந்த ஆள் சகவாசம் நமக்கு வேணாமின்னுட்டு. இந்த பாவி மனிதர் கேக்கலை. அப்புறம் ஒருநாள் என்கிட்டே அவரே சொன்னாரு... சிவக்கண்ணு கடத்தல் பிசினெஸ் எல்லாம் செய்றான். மனுசனை

சரியா புரிஞ்சுக்காம நான் பழகிகிட்டேன். பழக்கத்தைக் கொஞ்சம் கொஞ்சமா குறைச்சுக்கப் போறேன் என்றார். முதல்ல அதை செய்யுங்கள்னேன்."

"அலமேலு" என்று ஒரு பெண் குரல் வாசலில் கேட்க... அலமேலு எழுந்து போனாள்.

"யாருடி, விருந்தாளியா?" என்றாள் பக்கத்து வீட்டு அம்மாள். "கொஞ்சம் நல்லெண்ணெய் இருந்தா கொடு... சாயங்காலம் வாங்கினதும் திரும்பித் தர்றேன்" என்றாள்.

அலமேலு எரிச்சலாய் உள்ளே வந்து சின்ன கிண்ணத்தில் எண்ணெய் கொடுத்து அனுப்பிவிட்டு வந்து, "சாரு நிறைய சங்கதி சொல்லணும். இந்த இடம் லாயக்குப்பட்டு வராது. பக்கத்து வீட்டுக்கு சுத்தமா கேக்கும். எண்ணெய் வாங்கறத்துக்காக வரலை அவள். நான் யார்கூட பேசிக்கிட்டிருக்கேன்னு வேவு பார்க்கிறத்துக்காக வந்தாள்."

"அப்புறம் என்ன செய்யலாம்?"

"கோனையன் வந்ததும் அவனை அழைச்சுப்போகச் சொல்றேன். அவனோட நமக்கு வேண்டியவரு தென்ன தோப்பு இருக்கு. அங்கே போயிடுங்க. அரைமணி கழிச்சு நான் வர்றேன். விவரமா சொல்றேன். எனக்கும் யார்கிட்டயாவது சொல்லணும்."

"சரிங்க" என்றான் அசோக்.

வித்யா மவுனமாக தட்டில் வைக்கப்பட்ட இட்லிகளை சாப்பிட்டாள்.

"வித்யா" என்றாள் அகிலா அவள் அருகில் அமர்ந்துக்கொண்டு.

வித்யா நிமிர்ந்து பார்த்துவிட்டு மறுபடி தட்டைப் பார்த்தாள்.

"ஏன் காலைல என்கூட வாக்கிங் வரலை? காலைல எழுப்பி எழுப்பிப் பார்த்தேன். முழிச்சுக்கலை. நல்ல அசதியா?"

தலையசைத்தாள்.

“மாத்திரை அதிகமா சாப்பிட்டுட்டியா?”

தலையசைத்தாள்.

“என்ன எல்லாத்துக்கும் தலையாட்றே பேச மாட்டியா?”

தலையசைத்தாள்.

“ஏன்? என்மேல் எதுவும் கோபமா உனக்கு”

தலையசைத்தாள்.

அகிலா சாப்பிடுவதை நிறுத்தி அவளை உற்றுப் பார்த்தாள். வித்யா இயந்திரம் மாதிரி முகத்தில் எந்த உணர்ச்சிகளும் இல்லாமல் மவுனமாகச் சாப்பிடுவதைப் பார்த்து எழுந்தாள்.

“என்ன பண்ணுதும்மா வித்யா?” என்று அவள் நெற்றியைத் தொட்டாள். “மை காட். கொதிக்குதே... இரு...” என்று கையலம்பி விட்டு வந்து... வித்யாவைத் தாங்கி நடத்தி கைகழுவ வைத்து அவளின் அறைக்கு நடத்தி கட்டிலில் சாய்வாய் அமர வைத்தாள்.

மூன்று வகை மாத்திரைகளை உரித்து, தண்ணீர் கொடுத்து விழுங்க வைத்தாள். ஒரு ஊசி போட்டாள்.

“படு. எதுவும் புத்தகம் எல்லாம் படிக்காதே நல்லா தூங்கு. நிறைய ஓய்வு வேணும் உனக்கு. கண்டதை நினைச்சி குழம்பிக்காதே வித்யா...”

வித்யாவிற்குப் போர்த்திவிட்டு அறையை சத்தமில்லாமல் சாத்திவிட்டு வெளியேறினாள் டாக்டர் அகிலா.

அவள் வெளியேறினதும் கண்களை மூடிய வித்யாவுக்குள்ளே ஒரு தெளிவான காட்சிக்கு முன்னால் அதன் துவக்கமாக முதல்நாள் இரவு போலவே குழப்பமாய் மங்கலாய் கறுப்பாய் உருவங்கள்.

கொஞ்சம் கொஞ்சமாய் காட்சி தெளிவாகியது.

மாந்தோப்பு. ஒரு மரத்தில் ஒருவனைச் கட்டிப் போட்டிருக்கிறார்கள். இரவு வேளை. கையில் தீப்பந்தத்துடன் ஒரு முரட்டு ஆள் நிற்கிறான். மற்றொரு முரட்டு ஆள். இருவருக்கும்

நடுவில் முரட்டு மீசை வைத்த ஜிப்பா போட்ட பெரிய மனிதர் ஒருவர்.

அவர்கள் பேசுவது இப்போது வித்யாவுக்குள் ஒலித்தது.

"என்ன வாத்தியாரே, என்னை உன் பள்ளிக்கூடத்திலே படிக்கிற குழந்தைன்னு நினைச்சியா? போலீஸ்ல சரணடையனுமா நானு? உன்னை என் பக்கத்திலே வச்சிக்கிட்டது நான் செஞ்ச பெரிய தப்பு சந்தானம்..." என்றார் பெரிய மனிதர்.

"சிவக்கண்ணு, நீ எப்படி வேணும்னாலும் ஒழிஞ்சு போ. என்னை ஒண்ணும் செஞ்சுடாதே. பொண்டாட்டி பிள்ளைங்க எல்லாம் தவிப்பாங்க. உன் வழிக்கே வரலை, என்ன விட்டுடு. உன்னை கெஞ்சிக் கேட்டுக்கறேன்" என்று அழுது கொண்டே கெஞ்சினான் கட்டிப் போடப்பட்டிருந்த சந்தானம்.

"அட! என்னை என்ன அவ்வளவு முட்டாள்னு நினைச்சியா இப்ப உன்னை அவுத்து விட்டா நேரா போலீஸ் ஸ்டேஷன் போய் என்னைக் காட்டிக் கொடுத்துடுவே."

"இல்லை. சத்தியமா இல்லை."

சிவக்கண்ணு சிரித்தார்.

"உன்னை என்ன செய்யனும்னு எனக்குத் தெரியும்" என்று தன் அடியாட்கள் பக்கம் திருப்பினார்.

அத்தியாயம்... 18

வித்யாவின் உள்ளே அந்தக் காட்சி சினிமா போல இன்னும் நடந்து கொண்டிருந்தது.

மாந்தோப்பில், மரத்தில் கட்டிப்போடப் பட்டிருந்த சந்தானம் வாத்தியாரை நோக்கி சிவக்கண்ணு நெருங்க... பக்கத்தில் நின்றிருந்த அவரின் கையாள் பிடித்திருந்த தீப்பந்தத்தின் வெளிச்சத்தில் அவரின் கண்கள் மேலும் மின்னின.

“வாத்தியாரே, உனக்கு இஷ்ட தெய்வம் எது?”

“வேணாம். என்னை விட்டுடுங்க.”

“வாழ்கைங்கறது எவ்வளவு கஷ்டமான விஷயம். நான் உனக்கு அதிலேர்ந்து விடுதலை தர்றேங்கறேன் வேணாங்கறியே”

மேலும் நெருங்கினார்.

“ஜென்மத்துக்கும் உங்க வழிக்கு வரமாட்டேன். உங்களை சத்தியமா காட்டிக் கொடுக்கமாட்டேன். என்னை நம்புங்க. என்னை ஒண்ணும் செஞ்சிடாதீங்க...”

சந்தானம் வாத்தியார் முகமெல்லாம் பதற... கெஞ்சினார்.

“நாம மிதிச்சுட்ட நாகப்பாம்பு. என்னைக்கிருந்தாலும் நம்மை விடாது சந்தானம். நான் முட்டாள் இல்லை உன்னை அவுத்துவிட. உன்னை உயிரோட விட்டுட்டா, நான் வாழ முடியாது. நான் வாழணும்னா... நீ உயிரோட இருக்கக்கூடாது...”

சிவக்கண்ணு சிரித்துக்கொண்டே சந்தானத்தின் கழுத்தில் கை வைத்தார். சந்தானம் முகத்தில் பயம் கவ்வ துடித்தார், கத்தினார்.

சிவக்கண்ணுவின் கைகள் அவரின் கழுத்தை மெல்ல மெல்ல இருக்கி... அதன் தீவிரம் அதிகமாக சந்தானம் விழிகள் பிதுங்க மூச்சுத் திணறினார். கட்டிப் போடப்பட்டிருந்த கைகால்களை உதறினார். உடல் முழுக்கத் துடித்தது.

ஐந்து நிமிடத்தில் சந்தானத்தின் இயக்கங்கள் நின்றன. தலை ஒரு பக்கமாகத் தொங்கியது.

சிவக்கண்ணு தன் ஆட்களைப் பார்த்தார்.

“டேய்... நாம பேசிக்கிட்ட மாதிரியே செய்யுங்க” என்று கூறிவிட்டு சருகுகள் ஓசைபடித்த தோப்புக்குள் சரக் சரக் என்ற சத்தத்துடன் வேகமாக நடந்து மறைந்தார்.

“நீ வண்டியை தோப்புக்குள்ளாறவே ஓட்டிக்கிட்டு வந்துடு” என்றான் தீப்பந்தம் வைத்திருந்தவன். மற்றவன் புறப்பட்டுப் போனான்.

தீப்பந்தத்தை மணலில் குத்தி நிறுத்தி வைத்துவிட்டு... சந்தானத்தின் கட்டுகளை எல்லாம் பிரித்தான். பிணத்தை மரத்தோடு சாய்ந்து விடாமல் நிற்க வைத்தான். பிறகு மடியில் இருந்து ஒரு பீடி எடுத்து தீப்பந்தத்தில் பற்ற வைத்துக்கொண்டு காத்து இருந்தான்.

இத்தனையையும் இருதபடி தள்ளி ஒரு மரத்தின் பின்னால் இருந்து கொண்டு இரண்டு கண்கள் கவனித்துக் கொண்டிருந்தன.

சற்றைக்கெல்லாம் ஒரு ஒற்றை மாட்டுவண்டி தோப்பின் உள்ளே வந்து நின்றது. வண்டிக்குள் நிறைய வைக்கோல் இருந்தது. இரண்டு பேருமாகச் சேர்ந்து சந்தானத்தின் பிணத்தைத் தூக்கி வண்டிக்குள் நுழைத்து, வைக்கோல் போட்டு மூடினார்கள். தீப்பந்தத்தை மண்ணில் உருட்டி, நசுக்கி அணைத்தார்கள்.

“அண்ணே, மாட்டோட கழுத்துப் பட்டையைக் கழட்டிடுவோம். சத்தம் வேணாம்.”

“சரி, நல்ல யோசனை தான்.”

மாட்டின் சலங்கைப் பட்டையைக் கழற்றிவிட்டு, ஏறிக்கொண்டு அவர்கள் புறப்பட... இடைவெளி விட்டு அந்த ஒரு ஜோடிக் கால்களும் புறப்பட்டன.

பதினைந்து நிமிடம் கழித்து... பள்ளிக்கூடத்தின் பின்புறப் பகுதியில் வண்டியை நிறுத்தினார்கள். இறங்கி எல்லா பக்கமும் பார்த்துக் கொண்டார்கள்

ஒருத்தன் மட்டும் பள்ளிக்கூட கதவின் ஓட்டைத் திறந்துக்கொண்டு உள்ளே போனான். கையில் கொண்டு வந்திருந்த கயிறை உயரே விசிறி பனஞ்சக்கையில் நுழைத்து இறக்கி தூக்குக் கயிறாக மாற்றினான். பிறகு. அதற்கு அடியில் மர நாற்காலியைக் கொண்டு வந்துபோட்டான் வெளியே வந்தான்.

இருவருமாகச் சேர்ந்து பிணத்தைத் தூக்கிக்கொண்டு பள்ளிக்கூடத்தின் உள்ளே போனார்கள். பிணத்தின் கழுத்தில் சுருக்கை மாட்டி, இருக்கி தொங்க விட்டுவிட்டு... நாற்காலியை கீழே உருட்டி விட்டார்கள் ஓசையில்லாமல்.

பள்ளிக்கூட சுவரில் இருந்த கட்டம் கட்டமான மூங்கில் சட்ட சன்னல் வழியாக அத்தனையையும் பார்த்துக் கொண்டேயிருந்த அவன் அவர்கள் புறப்படுவதை அறிந்து அந்த இடத்தைவிட்டு விலசிச் செல்வதற்காக... தான் ஏறி நின்றிருந்த கருங்கல்லில் இருந்து அவசரமாக இறங்கியபோது... பெரிய ஓசையுடன் அது உருண்டது.

உள்ளேயிருந்து மாட்டு வண்டியை நோக்கி வேகமாக வந்து கொண்டிருந்த அவர்கள்... கருங்கல் உருள்கிற சத்தம் கேட்டு அதிர்ந்தார்கள்.

“யாரது?” என்றான் ஒருவன்.

அவன் அவசரமாக ஓடினான்.

“யாரோ ஓடறாண்ணே...”

"அடி... டார்ச்சை அடி..."

இன்னொருத்தன் டார்ச்சை மடியில் இருந்து எடுத்து அடிக்க... ஒருவன் தூரமாய் ஓடிக் கொண்டிருப்பது தெரிந்தது.

"டேய் எல்லாத்தையும் பாத்துட்டான்னு நினைக்கிறேன். அவனை விட்டுவச்சா ஆபத்து... பிடிச்சாகணும் அவனை... ஓடி வா..."

அவனைத் துரத்திக்கொண்டு இருவரும் ஓடினார்கள். அவன் விடாமல் மார்பைப் பிடித்துக்கொண்டு கல், மண், முள் என்று பார்க்காமல் ஓடிக் கொண்டிருந்தான். டார்சை அடித்துக்கொண்டு, "மரியாதையா நின்னுடு" என்று கத்திக் கொண்டு இருவரும் துரத்தினார்கள். சற்று நேரத்தில் அவனைக் காணோம்.

சற்று நேரத்திற்குப்பின் இருவரில் ஒருவன் சொன்னான்.

"விடு. அவனைப் பிடிக்க வேணாம்."

"ஏண்ணே?"

"அவன் முகத்துல ஒரு தடவை டார்ச் வெளிச்சம் பட்டுது. அவன் யாருன்னு கண்டுகிட்டேன் நான். அய்யாகிட்டே போய் சொல்வோம். அவர் பார்த்துப்பாரு. அவனை என்ன செய்றதுன்னு அவருக்குத் தெரியும்..."

அவர்கள் இருவரும் வந்த வழியே திரும்பி மாட்டு வண்டியை நோக்கி வேகமாகச் சென்று மறைந்த பிறகு புதர்களுக்குப்பின் மறைந்து இருந்த அவன் வெளிப்பட்டு நின்று வேறு ஒரு திசையில் மறுபடி ஓட ஆரம்பித்தான்.

வித்யாவுக்கு தலைவலி அதிகமானது இப்போது இரண்டு கைகளாலும் தலையை அழுத்திப் பிடித்துக்கொண்டு கட்டிலில் எழுந்து அமர்ந்து கொண்டாள். அந்த அறையில் உள்ள பொருள்களை எல்லாம் உடைத்து நொறுக்க வேண்டும் என்று ஆவேசம் வந்தது.

அவளையும் அறியாமல், "சிவக்கண்ணு!" என்றாள் கத்தலாய். பிறகு, "நாயே உன்னை என்ன செய்றேன் பார்" என்று எழுந்து

சுவர் அருகே இருந்த இரும்பு பீரோவில் தலையை நங், நங் என்று மோதிக் கொண்டாள்.

நெற்றியின் ஓரத்தில் ரத்தம் லேசாய்ப் புறப்பட்டு வழிய... மயக்கமாகி அப்படியே தரையில் சாய்ந்தாள் வித்யா.

அசோக்கும், கோனையனும் கண்மாய்க் கரையோரமாக... சந்தானத்தின் மனைவி அலமேலுக்காகக் காத்திருந்தார்கள்.

சற்று நேரத்தில் அலமேலு வந்து அவர்கள் எதிரில் ஒரு மணல் மேட்டில் குந்தி உட்கார்ந்து கொண்டாள்.

“சொல்லுங்கம்மா, உங்க கணவனை சிவக்கண்ணு கொலை செஞ்சி தூக்குல தொங்கவுட்டார்ன்னு எப்படி நீங்க முடிவு செஞ்சிங்க” என்றான் அசோக்.

“அன்னைக்கு ராத்திரி ஒரு மணி இருக்கும். பக்கத்துல படுத்திருந்த என் கணவர் பின்பக்கம் போயிட்டு வரேன்னு எழுந்திரிச்சிப் போனார். நான் தூக்கத்திலே ‘ம்’னுட்டு புரண்டு படுத்து நல்லா தூங்கிட்டேன். திடீர்ன்னு வீட்டு கதவை யாரோ தட்டினாங்க. அவசரமா கண்ணு முழிச்சிப் பார்த்தா பக்கத்துல இவரு இல்லை. அட, பின்பக்கம் போயிட்டு வர்றேன்னு போனவரு இன்னும் காணலை, கொல்லைப்பக்க கதவு தெறந்தே கெடக்கு... அர்த்த ராத்திரில வாசலைத் தட்றாங்கன்னா எப்படி இருக்கும். பயந்துகிட்டேன் ரொம்ப. ஒண்ணும் புரியாம கதவை திறந்தா... வேர்த்து விறுவிறுத்து முழங்கால்ல ரெத்தத்தோட யாரோ ஒருத்தன் நிக்கிறான். நான் கதவைத் திறந்தது உள்ளே வந்து அவசரமா சாத்திட்டுக் கீழே விழுந்து மயக்கமாயிட்டான்.”

“இதெல்லாம் எங்கிட்ட சொன்னதேயில்லையே அலமேலு” என்றான் கோனையன்.

“சொல்ல முடியாம அப்போ கட்டி வச்சுப்புட்டானே என் வாயை. என் கொழந்தைங்களுக்காக நான் எல்லாத்தையும் முழுங்கிட்டேன். இப்போ அவங்க ஆளாயிட்டாங்க. இந்த

தம்பி வந்து கேட்டதும் எனக்கு எதையும் மறைக்க வேணாம்னு தோணிச்சி... அதனாலதான் எல்லாம் சொல்றேன்."

"சரி, மிச்சத்தை சொல்லுங்கம்மா" என்றான் அசோக்.

"நான் பதறிப் போயிட்டேன். கொலைப்பக்கம் வந்து பார்த்தேன். அவரைக் காணலை. மாமோ, மாமோன்னு கத்தறேன். பதிலைக் காணோம். சரின்னு தண்ணி எடுத்து அவன் முகத்துல தெளிச்சேன். கொஞ்சநேரம் கழிச்சு முழிச்சிக்கிட்டான். அம்மா நீங்கதானே சந்தானம் வாத்தியாரோட மனைவின்னான்."

"ஆமான்னேன்?"

"படுத்து தூங்கிட்டிருந்த கொழந்தைகளைப் பார்த்தான். என்னைப் பார்த்தான் அழ ஆரம்பிச்சுட்டான். அப்புறம் மனசை தேத்திக்கங்கன்னு சொல்லி உங்க புருசனை சிவக்கண்ணு தோப்புல வச்சி கழுத்தை நெறிச்சிக் கொண்ணுட்டு, பள்ளிக்கூடத்தில தூக்குல தொங்குன மாதிரி மாட்டி வச்சிட்டான். எல்லாத்தையும் நான் கண்ணால பார்த்துட்டேன். என்னை அவனோட ஆட்கள் பார்த்துட்டு துரத்தினாங்க. நான் தப்பிச்சு வந்துட்டேன் என்றான்."

அசோக் குறுக்கே நிறைய கேட்க நினைத்தான் ஆனால் அவள் சொல்வது தடைப்பட்டுப் போகும் என்று "அப்புறம்?" என்று மட்டும் கேட்டான்.

"அப்புறமென்ன? என் குழந்தைங்கள எழுப்பிவிட்டு, அழ ஆரம்பிச்சேன்."

அவளுக்கு இப்போதுகூட கண்களில் லேசாய்க் கசிவு ஏற்பட்டது.

"அந்த தம்பி போலீசுக்கு பக்கத்தூருக்குப் போயி எல்லாத்தையும் சொல்லப்போறதா சொன்னிச்சு. எங்களை உடனே யாராச்சும் சொந்தக்காரங்க வீட்டுக்குப் போய்விடச் சொல்லிச்சு..."

"ஒரு நிமிஷங்க... அவன் யாரு?"

"எனக்கு அந்த தம்பியைத் தெரியாது. என் புருஷனை அதுக்குத் தெரியுமாம். பேரு சங்கர்ன்னு அப்புறம் சொல்லிச்சு."

சங்கர்!

அசோக் அதிர்ந்தான்.

ஏதோ புரிந்த மாதிரி இருந்தது.

"ம். அப்புறம் சொல்லுங்க" என்றான் ஆர்வமாய்

"எனக்கு என்ன செய்றதுன்னே தெரியலை... குழம்பிக்கிட்டிருந்தப்போ, திடுதிப்புன்னு திறந்திருந்த பின்பக்க வாசல் வழியா மூணு பேரு வீட்டுக்கு உள்ளே வந்தாங்க."

"யாரு அது?"

"சிவக்கண்ணுவோட ஆளுங்க. வாய்யா சங்கரு. நீ இங்கதான் வருவேன்னு எங்களுக்குத் தெரியும். இப்ப நாங்க உன்னைத் கூட்டிப்போக வரலை. ஒரு விசயத்தை சொல்லிட்டுப் போக வந்தோம்ன்னு சொல்லிட்டு ஒருத்தன் அழுதுகிட்டிருந்த என் பையன் கழுத்துல கத்தியை வச்சான். என்னைப் பாத்து, உன் புருஷன் தூக்குல தொங்குணாங்கிறதை நீ நம்பணும். அப்படித்தான் எல்லார்கிட்டேயும் சொல்லணும். இல்லே உன் குழந்தைங்களைக் கொண்ணுடுவோம்னான். அப்புறம் சங்கர்கிட்டே உன்னோட காதலி கல்யாணி எங்க பாதுகாப்புல இருக்கா. அவளை உயிரோட பாக்கணும்னா போலீசுக்குப் போகாம நாளைக்கு ராத்திரி மாந்தோப்புக்கு தனியா வான்னு சொல்லிட்டு எல்லாரும் போயிட்டாங்க" என்ற அலமேலு தூரத்தில் யாரோ அவர்களை நோக்கி ஓடிவருவதைப் பார்த்து நிறுத்தினாள்.

அத்தியாயம்... 19

அலமேலுவை நோக்கி தூரத்தில் ஒரு பெண் ஓடி வந்துகொண்டிருக்க... கோனையனும், அசோக்கும் அமைதியாய் இருந்தார்கள்.

அவள் அருகில் வந்து மூச்சிரைத்தாள்.

"என்ன கண்ணம்மா?" என்றாள் அலமேலு.

"நீ பாட்டுக்கு வீட்டைப் பூட்டிக்கிட்டு வந்துட்டே. உன் புள்ளை வந்து சாவி கேக்குது. அதான் என்னை ஓடிப்போய் வாங்கிட்டு வான்னு அனுப்பிச்சிது."

அலமேலு இடுப்பில் சொருகியிந்த சாவியை எடுத்து அவளிடம் கொடுத்து, "சமையல் எல்லாம் முடிச்சு வச்சுட்டேன். எடுத்துப் போட்டுச் சாப்பிடச் சொல்லு, இதோ வந்துட்டேன்."

"யாரு இவங்க உறவா"

"வேண்டியவங்க. நீ போ."

அவள் சாவியை வாங்கிக் கொண்டு ஓடினாள்.

அலமேலு அசோக் பக்கம் திரும்பி, "என்ன சொன்னேன் தம்பி?" என்றாள்.

"உங்க வீட்டுக்கு வந்த சங்கரையும், உங்களையும் சிவக்கண்ணுவோட அடியாளுங்க வந்து மிரட்டிப்புட்டு போனதா சொன்னிங்க."

“ஆமாம் அந்த கல்யாணிப் பொண்ணு. ஊர்ல நல்ல பொண்ணு. துடுக்கான, அழகான பொண்ணு. பாட்டு வாத்தியாரம்மாவோட ஒரே பொண்ணு. அந்த சங்கர் தம்பியும் அந்தப் பொண்ணும் உயிருக்குயிரா பழகினாங்களாம். அப்படிப்பட்ட பொண்ணை உயிரோட பாக்கணுமின்னா போலீசுக்குச் சொல்லாமல் தனியா மறுநாள் ராத்திரி தோப்புக்கு வரச்சொல்லிட்டு போயிட்டாங்க.”

“எங்களுக்கு என்ன பண்றதுன்னே தெரியலை. அப்புறமா சங்கர் சொல்லிச்சி, என் கல்யாணியை என்னால சாகவிட முடியாது. அதனால உங்க புருஷனை அவங்க கொலை செஞ்சதை நான் யார்கிட்டயும் சொல்லப் போறதில்லை. உங்க பையனுங்க உயிருக்காக நீங்களும் யார்கிட்டயும் சொல்ல வேணாம். நான் ராத்திரி தோப்புக்குப் போறேன்னு சொல்லிச்சு.”

“அப்புறம்?” என்றான், கோனையன்.

“தனியாவா போப்போறீங்கன்னு கேட்டேன். தனியா தானே வரச் சொல்லியிருக்கான் வேற வழி” என்று புறப்பட்டு போச்சு.

“மறுநாள் பள்ளிக்கூடத்துல என் புருஷன் தூக்குல தொங்குவதை எல்லாரும் தற்கொலைன்னே முடிவு செஞ்சாங்க. நானும் அப்படியே ஒத்துக்கிட்டு வாயை அடைச்சிக்கிட்டேன்” என்று முந்தானை முனையால் வாயைப் பொத்திக் கொண்டு குமுறினாள் அலமேலு.

“சரி, ராத்திரி சங்கர் தோப்புக்குப் போனனா”

“போயிருக்கணும்”

“உங்களுக்குத் தெரியாதா?”

“தெரியாதுங்க. தனியா போகப் போறேன்னு போச்சி. அப்புறம் தோப்புக்கு போச்சா, அங்கே என்ன நடந்துச்சி எதுவும் எனக்குத் தெரியாது.”

“ஏன்?”

“தாலி அறுக்குறத்துக்காக நான் இங்கே மையல் பட்டிக்கு வந்துட்டேன். மையல் பட்டிலதான் என் புருஷனையும் எரிச்சோம். என் சொந்த களேபரம் அடங்கறத்துக்கே பத்து பதினஞ்சு நாள் ஆய்டுச்சி.”

“அப்புறம் அந்த சங்கர் என்ன ஆனான், எதுவுமே தெரியாதா?”

“விசாரிச்சேன் தம்பி. கடையப்பட்டி ஓடையில மறுநாள் அந்தப் பொண்ணு கல்யாணி பிணமா மிதந்திச்சாம். இழுத்து கரையில் போட்டு பாத்தா... துணியெல்லாம் கிழிஞ்சி... உடம்பு பூரா கீறல் இருந்திச்சாம். யாரோ அவளைக் கெடுத்து... அந்த அவமானம் தாங்காமல் அவள் தற்கொலை பண்ணிருக்கணும்னு ஊர் பஞ்சாயத்துல முடிவு செஞ்சாங்களாம்.”

“ச்சொச்சொச்” என்றான் கோனையன்.

“நிச்சயமா அந்த சிவக்கண்ணுவோட வேலையாகத்தான் இருந்திருக்கும்” என்றான் அசோக்.

“நானும் அதைத்தான் நினைச்சேன். ஆனால் வெளில சொல்லவே இல்லை. யார்கிட்டயாச்சும் சொல்லி அது சிவக்கண்ணுவுக்குத் தெரிஞ்சு போனால் என் குடும்பத்தையே ஒழிச்சுடுவாங்கற பயத்துல நான் என் வாயைப் பூட்டிக்கிட்டேன்.”

“அந்த சங்கர் என்ன ஆனான்?”

“அந்த தம்பியைப் பத்தி சரியா தகவல் தெரிஞ்சுக்க முடியலை. ஆனால் அன்னைக்கு மறுநாள்லேர்ந்தே ஊர்ல காணலையாம். அவனையும் சிவக்கண்ணு கொலை செஞ்சி பிணம் கிடைக்காமல் ஏதாச்சும் செஞ்சிருக்கணும்னு நினைக்கிறேன், தோப்புக்குத் தனியா போனப்போ தீத்துக் கட்டியிருப்பான் அந்த படுபாவி.”

“சங்கருக்கு சொந்தக்காரங்க, குடும்பம் எதுவும் இல்லையா?”

“இல்லை, தான் ஒரு அனாதைப் புள்ளைன்னு சொல்லிச்சு அந்த தம்பி.”

“அந்த கல்யாணிக்கு ஒரு அம்மா இருந்ததா சொன்னீங்கல்ல?”

“ஆமாம்; பாட்டு வாத்தியாரம்மா. இப்பவும் இருக்காங்களாம். கும்பகோணத்துல சின்னதா ஒரு பாட்டு ஸ்கூலே வச்சிருக்காங்கன்னு சொன்னாங்க.”

அசோக் முகம் மலர்ந்தான்.

“அவங்க பேர் தெரியுமா?”

“சரசுவதியம்மா.”

“ரொம்ப நன்றிங்கம்மா. நான் உங்ககிட்டே எதிர்பார்த்ததைவிட நிறைய தகவல்கள் எனக்குச் சொல்லியிருக்கிங்க. மறுபடி ஏதாவது சந்தேகம் வந்தா உங்களை பார்க்கறேம்மா” என்று பாறையில் இருந்து எழுந்தான் அசோக்.

“இருங்க தம்பி. எல்லா விவரமும் கேட்டிங்க சொன்னேன். உங்க சமாசாரத்தை சரியா சொல்லலையே நீங்க?” என்றாள் அலமேலு.

“என்னம்மா?”

“உங்க காதலிக்கு போன பிறவி நினைவுன்னு சொன்னீங்கதானே! அதனாலதானே இவ்வளவு விவரமும் கேட்டிங்க?”

“ஆமாம்.”

“போன பிறவியில் என் புருஷனா இந்தப் பொண்ணு இருந்திச்சோன்னு நினைச்சிங்கதானே?”

“அப்படித்தான் நினைச்சேன் மொதல்ல, ஆனால் உங்ககிட்ட முழு விவரமும் தெரிஞ்சுக்கிட்டதுக்கப்புறம் என் வித்யா போன பிறவியிலே யாராக இருந்தான்னு ஓரளவு யூகிக்க முடியுது. நிச்சயமா சந்தானம் வாத்தியாரோட மறுபிறப்பு இல்லை.”

“பின்னே யாரு?”

“சங்கர், இல்லைன்னா கல்யாணியோட மறுபிறப்புதான் வித்யா. ஏன்னா வித்யா சங்கர், கல்யாணி ரெண்டுபேர் பேர்களைத்தான் தன் குழப்ப மனநிலைல அதிகமா உச்சரிச்சிருக்கா. ரெண்டாவது சந்தானம் வாத்தியாருக்கு சங்கரை மட்டுந்தான் தெரியும். கல்யாணியைத் தெரியாது”

"சரி. இப்போ என்ன செய்யப் போறீங்க நீங்க?"

"கும்பகோணத்திலே கல்யாணியோட அம்மாவை சந்திச்சுப் பேசப்போறேன். அதுக்கப்புறம் சிவக்கண்ணுவை சந்திக்கப் போறேன்."

"அய்யாவையா?"

"ஆமாம்."

"தம்பி. வேணாம்ப்பா. ரொம்ப பொல்லாத ஆளு."

"அதனால என்ன? சாமர்த்தியமா அவனை மடக்க முயற்சி பண்ணப் போறேன். போலீசுல பெரிய அதிகாரிகளை சந்திச்சு விவரங்களைச் சொல்லப் போறேன்."

"அய்யோ... வேணாங்க. போலீஸ் எல்லாம் வேணாங்க. எங்களை அய்யா வாழவிடமாட்டாருங்க... பனங்கா சீவுற மாதிரி சீவிருவாங்க..."

"பயப்படாதீங்க. உங்களை யாரும் எதுவும் செய்யாமல் நான் பார்த்துக்கறேன். முதல்ல என் வித்யாவை குணப்படுத்திட்டு, அப்புறம்தான் போலீசுக்குப் போவேன். இருபது வருடம் முன்னாடி நடந்த குற்றங்களுக்கு இப்ப நடவடிக்கை எடுக்க முடியுமாங்கிறதே சந்தேகம். சட்டத்துக்குத் தேவையான சாட்சிகள், பிரேதப் பரிசோதனை அறிக்கைகள், தடயங்கள் இதெல்லாம் கிடைக்காதே... நான் சும்மா கேட்டுத்தான் பார்க்கப் போறேன். உங்களை வம்புல மாட்டிவிட்டுட மாட்டேன். கவலைப்படாதீங்க. கோனையா, போவோமா?"

கொஞ்ச நேரத்தில் சைக்கிளில் அசோக்கும், கோனையனும் மையல்பட்டியில் இருந்து கடையப்பட்டி நோக்கிப் பயணம் செய்து கொண்டிருந்தார்கள்.

அசோக் சந்தானத்தின் மனைவி சொன்ன அத்தனை விவரங்களையும் மனதில் மறுபடி அசைபோட்டான்.

போன பிறவியில் வித்யா - சங்கர், கல்யாணி

ஆழ்ந்து யோசித்தான்.

வித்யாவுக்கு ஏற்பட்ட குழப்பமான மனநிலைகளில் அவள் நடந்துக்கொண்ட விதங்களை, பேசினவைகளை வரிசையாக நினைத்துப் பார்த்தான்.

ஆஸ்டலில் முதன் முதலில் சம்மந்தமில்லாமல் சங்கர் என்று கத்தினாள். பிறகு கல்யாணி என்ற பெயர் நினைவில் அடிக்கடி வருவதாகச் சொன்னாள். டூர் போயிருந்தபோது வயலின் இசை கேட்டு பிரமாதம், கல்யாணி என்று சொன்னாள். பள்ளிக்கூடத்தில் தூக்குக் கயிறு தொங்குவது போன்று பிரமையில் பார்த்தாள். ஓடையிலிருந்து விலகி மாந்தோப்புக்குப் போய் மயக்கமானாள்.

இதையெல்லாம் வைத்துப் பார்க்கும் பொழுது... சங்கரின் மறுபிறவிதான் வித்யா என்று தோன்றியது.

சந்தானம் வாத்தியாரை சிவக்கண்ணுவின் அடியாட்கள் பள்ளிக்கூடத்தில் தூக்குக் கயிற்றில் தொங்க விட்டதைக் கண்ணால் பார்த்தவன் சங்கர்தான். கல்யாணி அல்ல. அதனால்தான் சங்கர் சம்பந்தப்பட்ட அந்தக் காட்சி வித்யாவின் நினைவில் தோன்றியிருக்கிறது.

ஆக... வித்யாவின் போன பிறப்பு சங்கர்தான் என்று முடிவு செய்தான் அசோக்.

போன பிறவியில் ஆணாக இருந்தவர்கள் மறுபிறவியில் பெண்ணாகப் பிறக்க வாய்ப்பு இருக்கிறதா? என்று டாக்டர் அகிலாவைக் கேட்க வேண்டும் என்று தீர்மானித்துக் கொண்டான்.

டாக்டர் அகிலா வித்யாவின் நெற்றியைத் தொட்டுப் பார்த்தாள்.

இப்போது சூடு இல்லை.

“வித்யா” என்றாள்.

இமைகளைத் திறந்தாள் வித்யா.

“உடம்பு எப்படி இருக்கு? இப்போ காய்ச்சல் இல்லை. எழுந்திரு. காலைலேர்ந்து தூங்கிக்கிட்டே இருக்கே வித்யா. இப்போ மணி சாயங்காலம் அஞ்சு. ஹீட்டர்ல வென்னீர் இருக்கு. குளிச்சுட்டு

டிபன் சாப்பிடு. எதுவும் படிக்க வேணாம். ஓய்வா இரு. என்ன?" என்றாள் அகிலா.

வித்யா தலையசைத்தாள் மவுனமாக.

"அக்கா, ஒரு நூறு ரூபா வேணும்" என்று உள்ளே வந்தான் பூபதி.

"இரு, வர்றேன்" என்று அவனைப் பார்த்து முறைத்துவிட்டு, "சதா பணம், பணங்கறே நீ" என்று, கப்போர்டில் இருந்து ஒரு மாத்திரை சீசா எடுத்து வந்து வித்யாவின் தலைமாட்டில் வைத்தாள் அகிலா.

"வித்யா, இது தூக்கத்துக்கு. ராத்திரி படுக்கிறப்போ ஒண்ணு போட்டுக்க. பழைய சீசா தீர்ந்து போச்சு. நான் ஒரு விழாவுக்குப் போறேன். ராத்திரி பதினொரு மணிக்குத்தான் வருவேன். வரட்டுமா?" என்று சொல்லிவிட்டு பூபதி பக்கம் திரும்பி, "எவ்வளவு வேணும்னு கேட்டே" என்றாள்.

பூபதி பதில் சொல்லாமல் வித்யாவின் தலைமாட்டில் இருந்த புதிய மாத்திரை சீசாவையே பார்த்தான்.

அதில் நிறைய மாத்திரைகள் இருந்தன.

"நான் ராத்திரி பதினொரு மணிக்குத்தான் வருவேன்" என்று அகிலா சொன்னது அவன் காதருகில் எதிரொலித்தது.

"அக்கா, பணம் வேணாம். நான் வெளில எங்கயும் போகலை. வீட்லயே இருக்கேன். நீ விழாவுக்குப் போயிட்டு வா. வித்யாவை நான் பத்திரமா பார்த்துக்கறேன்" என்றான் பூபதி.

அத்தியாயம்... 20

அகிலா நிகழ்ச்சி ஒன்றுக்குப் போவதாக பூபதியின் எதிரிலும் வித்யாவின் எதிரிலும் சொல்லிவிட்டுப் போனதுமே... பூபதி தன் மனதில் முழு அளவில் திட்டத்தைத் தயாரித்து விட்டான்.

நேரம் பார்த்தான். மாலை மணி அஞ்சரையாகியிருந்தது.

தனது அறையைவிட்டு வெளியே வந்து நின்று வித்யாவின் அறையின் வாசலைப் பார்த்தான். கதவு திறந்திருந்தது. சன்னல் அருகே நாற்காலியில் வித்யா அமர்ந்திருந்ததால் மேற்குச் சூரியனின் கதிரொளியில் அறை வாசல் வரை அவளின் நிழல் நீண்டிருந்தது.

இது இல்லை சந்தர்ப்பம். இருட்டட்டும். அதன் பிறகுதான் திட்டத்தைத் துவக்க வேண்டும். பூபதி படிகளில் இறங்கி கீழே ஹாலுக்கு வந்து அமர்ந்தான்.

வித்யாவை தூக்க நிலைக்கு உட்படுத்தி... ஒரு மயங்கின நிலையில் அவளை சேதப்படுத்தினாலும்... அவளுக்கு நினைவு திரும்புகையில் தன் பெண்மை பறிபோனதை உணர்வாளே.

உணர்ந்ததும் என்ன செய்வாள்? என்னைத்தான் சந்தேகப்படுவாள். அக்காவிடம் நிச்சயமாகச் சொல்வாள். அக்கா நம்புகிறாளோ, இல்லையோ சந்தேகப்படுவாள்.

பழியில் இருந்து நானும் தப்பவேண்டும் காரியமும் நடந்தாக வேண்டும். அதற்கு என்ன வழி? நண்பன் சுலபமாகச்

சொல்லிவிட்டான் தூக்க மாத்திரையை அதிகப்படுத்தி எதிர்ப்பைக் குறைத்து காரியத்தை முடி என்று.

ஆனால்... குற்றம் வெளியே தெரியாமல் இருக்க வேண்டும் என்றால் என்ன செய்வது?

பூபதி ஒரு சிகரெட்டை எடுத்து பற்ற வைத்துக் கொண்டான். தலையைக் கலைத்து விட்டுக் கொண்டான் யோசித்தான்.

உருப்படியாய் எந்த யோசனையும் பிடிபடவில்லை.

எழுந்து வெளியேறி தன் ஸ்கூட்டரை எடுத்துக் கொண்டு வேகமாய் தன் நண்பனின் அறைக்கு வந்தான்.

“மது, திட்டத்தோட அடுத்த கட்டத்தையும் நீதான் சொல்லணும்” என்றான்.

“இரு பூபதி. பதறாம சொல்லு என்ன விவரம்?” என்றான் மது.

“இன்னைக்கு ராத்திரி பதினொரு மணி வரைக்கும் வித்யா தனியா இருக்கா.”

“பின்னே என்னடா? ஜமாய்.”

“முட்டாள் தனமா பேசாதே மது. அவளை அடையறது மட்டும்தான் என் நோக்கம் இல்லை. அந்த சமாச்சாரம் வெளியே தெரியக் கூடாதே...”

மது அமைதியாய் இருந்தான்.

“என்னடா யோசிக்கிறே? இன்னிக்கு சந்தர்ப்பத்தை விட்டா அப்புறம் இன்னொரு சந்தர்ப்பம் அமையறது கஷ்டம்.”

“மச்சான், என்னையும் பார்ட்னரா சேத்துக்கறதா இருந்தா ஒரு பிரிலியண்ட் ஐடியா சொல்றேன்” என்றான் மது.

“என்ன சொல்றே நீ”

“நீ செய்யப்போற தப்பை, என்னையும் செய்ய அனுமதீங்கறேன்.”

“என் வீட்டு சொத்தா கொள்ளை போகுது பிளானை சொல்டா கண்ணா.”

“நீ என்ன செய்றே. நேரா உன் வீட்டுக்குப் போறே. அந்த வித்யாவைக் கூப்பிட்டு ஹால்ல வச்சி பேசிக்கிட்டு இருக்கிறே. அப்போ போன் அடிக்கும். எடு. நான்தான் பேசுவேன். ஆனால் நீ உன் அக்கா கூப்பிட்ட மாதிரி பேசணும். “என்னக்கா விஷயம்னு கேக்கறே?” என்ன, அங்கே ஒரு முக்கியமான டாக்டர்கிட்டே வித்யாவை காட்டணுமா, உடனே அனுப்பணுமா, ஓ... இன்னிக்கு ராத்திரியே டெல்லி போறாரா, சரி, எப்படி அனுப்பறது? ஒரு காரை அனுப்பி வைக்கிறியா? நான் கூட வரணுமா? வேணாமா? சரி, அவளை மட்டும் அனுப்பி வைக்கிறேன் அப்டின்னு சொல்லணும். நீ பேசி வச்ச கொஞ்ச நேரத்திலே என் பிரண்டோட காரை எடுத்துக்கிட்டு நான் வருவேன் என்னோட நீ வித்யாவை அனுப்பி வைக்கணும்.”

“அப்புறம்”

“அண்ணா நகர்ல நம்ம பிரண்டு ராகவன் இருக்கானே, அவன் குடும்பத்தோட சிங்கப்பூர் போயிருக்கான். வீட்டு சாவி என்கிட்டதான் கொடுத்துட்டுப் போயிருக்கான். நான் அங்கே அழைச்சுக்கிட்டுப் போவேன். வீட்டுக்குள்ளே வித்யா நுழைஞ்சதும் அவளை மயக்கப்படுத்திடுவேன், நீ புறப்பட்டு அங்கே வந்துடறே... நம்ம காரியத்தை முடிச்சுட்டு அவளை மயக்கத்தோடவே உங்க தெருவுக்கு அடுத்த தெருவிலே இறக்கி விட்டுடறேன். நீ நல்ல பிள்ளையா வீட்டுக்குப் போயிட்டு... அப்புறம் வித்யாவை தேடி கண்டுபிடிக்கிற மாதிரி கண்டுபிடி.”

“மது! உனக்கு உடம்பு பூரா மூளைடா கண்ணா” என்று அவனைக் கட்டிப் பிடித்து முத்தம் கொடுத்தான் பூபதி.

“மது, வித்யாவுக்கு உன் மூஞ்சி ஞாபகம் இருக்குமே...”

“நான் வேற அடையாளம் மாத்திக்கிறேன் மேக்கப்பிலே”

“அண்ணாநகர் வீட்டு வழி, வீடு இருக்கிற எடம். எல்லாம் வித்யாவுக்கு தெரிஞ்சிருக்குமே...”

“ராத்திரி நேரம். நேர் வழில போகமாட்டேன் நான். சந்து பொந்தெல்லாம் சுத்திட்டுதான் போவேன். அப்படியும் வம்பு செஞ்சா, கார்லயே அவளை மயங்க வச்சிடறேன், என்ன?”

“நல்ல ஐடியாடா, மது.”

“சரி, நீ வீட்டுக்குப்போ. நான் போய் காருக்கு ஏற்பாடு செய்யணும். மயக்க மருந்துக்கு ஏற்பாடு செய்யணும்.”

“எத்தனை மணிக்கு போன் செய்வே மது?”

“சரியா எட்டு மணிக்கு போன் செய்றேன். எட்டே காலுக்கு காரோட வருவேன். திட்டம் சரியா இருக்கா பூபதி”

“பிரமாதம். அக்காகிட்டே நான் சொல்லிடுவேன். யாரோ அவளுக்காக குறிவச்சி, திட்டம் போட்டு உன் குரல்ல பேசி எல்லாரையும் ஏமாத்திட்டாங்க என்பேன். என்னை சந்தேகப்படவே மாட்டாள் எங்கக்கா. மது, உனக்கு எது வேணும்னாலும் கொடுக்கலாம்.”

“அதான் வித்யாவையே கொடுக்கிறியே, அது போதும்.”

பூபதி புறப்பட்டு தன் வீட்டிற்கு வந்தான்.

நேராய் வித்யாவின் அறைக்கு வந்து எட்டிப் பார்த்தான்.

இன்னும் அவள் சன்னல் அருகே முன்பு போலவே நாற்காலியில் அமர்ந்து சன்னல் வழியாக கறுத்துக் கொண்டிருக்கும் வானத்தைப் பார்த்துக் கொண்டிருந்தாள்.

“வித்யா” என்றான்.

அவள் திருப்பவில்லை.

“வித்யா” என்றான் மறுபடியும்.

மெல்ல திரும்பிப் பார்த்தாள்.

அவள் கன்னங்கள் மேல் கண்ணீர் வழிந்து கொண்டிருந்தது.

“அடடா... என்னங்க இது. அழறிங்க?”

“தெரியலை” என்றாள்.

“வேடிக்கையா இருக்கு. காரணம் இல்லாமல் அழுவாங்களா?”

“அழுவணும் மாதிரி இருந்திச்சி, அழுதேன்.”

"இப்படி தனியா உக்காந்து மனதை குழப்பிக்கிட்டா அப்படித்தான். கலகலப்பா இருந்திங்கன்னா எல்லாம் சரியாப் போய்விடும்."

வித்யா மவுனமாய் இருந்தாள்.

"சன்னலை சாத்திட்டு கீழே வாங்க. கீழே ஹால்ல டி. வி. இருக்கு. அதைப் பாருங்க. ஒரு மாற்றமா இருக்கும். ரூமுக்குள்ளேயே அடைஞ்சிக் கிடக்கிறதே தப்பு."

வித்யா மறுபடி சன்னல் வழியே பார்த்தாள்.

"உங்க நன்மைக்காகத்தான் சொல்றேன். பிளீஸ்... வாங்க" என்று சொல்லி விட்டு பூபதி வெளியேறினான். கீழே வந்து ஹாலில் அமர்ந்து ஒரு பத்திரிகையை எடுத்துக் கையில் வைத்துக் கொண்டான்.

அவன் இதமாகப் பேசிவிட்டு வந்ததில் பலன் இருந்தது.

கால் மணி நேரத்தில்... வித்யா முகம் கழுவி, மேக்கப் செய்துக்கொண்டு கீழே இறங்கி வந்தாள்.

மை டியர் பெண்ணே, எங்கள் திட்டம் எப்படித் தெரியும் உனக்கு? எங்களுக்காகவே பிரத்தியேகமாக அலங்காரம் செய்திருக்கிறாயா? ஓ! அந்த உதடுகள்! பொறு... பொறு... கொஞ்சநேரம் கழித்து அணுகுகிறேன். பூபதி டெலிவிஷனை இயக்கினான். வித்யா அதன் எதிரில் சென்று அமர்ந்து கொண்டாள். பூபதி அவளுக்கு எதிரே சுழல்கிற மின் விசிறியைத் திருப்பி வைத்துவிட்டு வந்து பத்திரிகையோடு சோபாவில் உட்கார்ந்துக் கொண்டான்.

நேரம் பார்த்தான். மணி ஏழரை இன்னும் அரை மணி இருக்கிறது. டெலிபோன் ஒலிப்பதற்கு. இந்த திட்டத்தில் எந்த இடையூறும் அதற்குள் நடந்து விடக்கூடாது.

பூபதி காத்திருந்தான்.

வந்து நின்ற திருவள்ளுவர் பஸ்சிலிருந்து தனது சூட்கேஸை எடுத்துக்கொண்டு கீழே இறங்கினான் அசோக். ஒரு டியூப் லைட் அருகில் சென்று மணி பார்த்தான். மணி ஏழரையாகியிருந்தது.

தான் இதுவரை அறிந்த விஷயங்களை டாக்டர் அகிலாவிடம் சொல்லிவிட்டு, வித்யாவையும் பார்த்துப் பேசிவிட்டு பிறகு டாக்டரின் ஆலோசனைக்குப் பிறகு மறுபடி கடையப்பட்டி போகலாம் என்று முடிவெடுத்து சென்னை வந்திருந்தான் அசோக்.

தன் அறைக்குச் செல்வதற்கு முன் நேராக டாக்டர் அகிலாவின் வீட்டிற்குப் போகலாம் என்று தீர்மானித்தான்.

ஒரு ஆட்டோவை அணுகினான்.

டெலிபோன் ஒலித்தது.

"வித்யா, டெலிஷவினோட சவுண்டை குறைங்களேன் பிளீஸ்" என்று சொல்லிவிட்டு பூபதி ரிசீவரை எடுத்தான்.

"அலோ... அக்காவா? என்னக்கா?" என்றான். மது சொல்லிக் கொடுத்தபடி அப்படியே பேசினான். "சரி, காரை அனுப்பு" என்று வைத்தான்.

"வித்யா, நான் பேசினதை எல்லாம் கேட்டிங்கள்ல? யாரோ ஒரு ஸ்பெஷல் டாக்டர் உங்களைப் பார்க்கணுமாம். இன்னிக்கு ராத்திரியே அவர் டெல்லி போறாராம். அதனால காரை அனுப்புறேன்னு அக்கா சொல்லுது. நீங்களும் ரெடியா இருக்கிங்க, போயிட்டு வந்துடுங்க. என்ன?"

"அவசியம் போகணுமா?" என்றாள் தயங்கி.

"ஸ்பெஷல் டாக்டராமே... அக்கா சொன்னதைத்தான் சொன்னேன். அப்புறம் உங்க விருப்பம். இல்லைன்னா அக்காவுக்கு போன் பண்றேன். நீங்க வரலைன்னு சொல்லிடுங்க."

"வேணாம், வேணாம். போறேன். அவ்வளவு முக்கியாமா இருக்கிறதாலேதானே அவங்க போன் செஞ்சு சொல்றாங்க" என்றாள் வித்யா.

பூபதி சிரித்துக் கொண்டான்.

கொஞ்ச நேரத்தில் ஒரு அம்பாசிடர் காரில் வந்து மது ஹார்ன் அடித்தான்.

“நீங்க தனியா போயிடறிங்களா? நானும் வரட்டுமா?” என்றான் பூபதி.

“வேணாம். அங்கேதான் டாக்டர் இருக்காங்களே...” என்று காரின் பின் சீட்டில் வித்யா ஏறிக் கொண்டாள்.

கார் புறப்பட்டு சாலையில் பாய்ந்தது. கொஞ்ச நேரம் கழித்து பூபதி தனது ஸ்கூட்டரை எடுத்துக் கொண்டு புறப்பட்டான்.

அவன் ஸ்கூட்டரில் வெளியேறிய சிறிது நேரத்தில் அசோக்கின் ஆட்டோ வந்து நின்றது.

21 அத்தியாயம்...

வித்யாவை ஏற்றிக்கொண்டு காரைக் கிளப்பிய பூபதியின் நண்பன் மது முன்னால் இருந்த கண்ணாடி வழியாக பின் சீட்டில் அமர்ந்திருந்த வித்யாவைப் பார்த்தான்.

சன்னல் வழியாக வெளியே வேடிக்கை பார்த்துக் கொண்டிருந்த வித்யாவின் சேலை காரின் அசைவுகளில் கொஞ்சம் சரிந்து கடமை தவறியிருந்தது.

உதடுகளை ஈரப்படுத்திக் கொண்டான் மது. அற்புதமான விருந்தை எனக்குத் தரப்போகிற இனிய பெண்ணே, உனக்கு இதயநன்றி. பூபதி, நீதான் உலகிலேயே உத்தம நண்பன். இப்படி ஒரு அழகான பரிசை நண்பனுக்குத் தர வேறு யார் முன் வருவார்கள்.

வித்யா மெல்லக் கேட்டாள்.

“ஏங்க, ரொம்ப நேரமா போய்க்கிட்டிருக்கோம். டாக்டர் எங்கே இருக்காங்க? இன்னும் ரொம்ப தூரம் போகணுமா? எந்த இடம்”

“வந்துட்டோங்க. இன்னும் ஐந்து நிமிடத்தில் போய்டலாம்.”

அடுத்த ஐந்தாவது நிமிடத்தில் ஒரு தனிமையான பகுதியில் அனாதையாய் இருக்கும் ஒரு பெரிய தனி வீட்டின் முன் கார் நின்றது. உள்ளே மாடிப் பகுதிகளில் விளக்குகள் எரிவது தெரிந்தது.

ராகவா, உனக்கு நன்றி! ஊருக்குப் போகும்போது திருட்டு பயத்திற்காக சில விளக்குகளை எரியவிட்டுப் போயிருப்பது

என்மீது சந்தேகம் வராமல் இருக்க இப்போது உதவுகிறது என்று நினைத்துக் கொண்டான் மது

“இந்த வீட்டிலேயா எல்லாரும் இருக்காங்க?” என்றாள் வித்யா.

“ஆமாம் மாடில இருக்காங்க. பாருங்க லைட் எல்லாம் எரியுது. நீங்க காரிலேயே இருங்க நான் போய் டாக்டரம்மாகிட்டே சொல்றேன். அப்புறம் நீங்க உள்ளே வரலாம்.”

மது இறங்கி, சற்று இருட்டாய் இருந்த - காரிலிருந்து பார்த்தால் எதுவும் தெரியாத-வாசல் பகுதிக்கு வந்து, ஒரு கையால் கதவைத் தட்டிக்கொண்டே, மறுகையால் வீட்டின் சாவியைப் போட்டு கதவைத் திறந்து உள்ளே போனான். ஹாலில் விளக்குகளைப் போட்டான். பிறகு மறுபடி வெளியே வந்தான்.

“காரிலே இருக்காங்க அவங்க... சரி...” என்று கொஞ்சம் உரக்க சொன்னான். பிறகு காரை நெருங்கினான்.

“போங்கம்மா எல்லாரும் மாடில இருக்காக. நீங்க நேரா மாடிக்குப் போங்க...” என்று கதவைத் திறந்துவிட்டான்.

வித்யா இறங்கி வீட்டை நெருங்கி உள்ளே நுழைந்தாள்.

ஹாலில் யாருமே இல்லை. ஹாலின் ஓரத்தில் அலுமினிய கைப்பிடி துணைக்கு வர மாடிப்படிகள் வளைந்து படுத்திருந்தன.

மாடியில் இருந்து ஒரு சின்ன பேச்சுக் குரல்கூட இல்லை.

வித்யாவுக்குக் குழப்பமாய் இருந்தது. ஒருவேளை மாடியில் குளிரூட்டப்பட்ட பெரிய அறை இருக்கலாம் என்று நினைத்துக்கொண்டு மெல்லப் படியேறினாள்.

மேலே வந்தபிறகு வலதுபுறமும், இடதுபுறமும் இரண்டு அறைகள் இருப்பதைப் பார்த்தாள். ஒரு அறைக் கதவில் பூட்டு தொங்கியது. மற்றொரு அறை திறந்திருந்தது. மாடியில் சின்ன வராந்தாவும், இந்த இரண்டு அறைகளையும் தவிர வேறு பகுதி எதுவும் இல்லை.

திறந்திருந்த அறைக்குள் எட்டிப் பார்த்தாள்.

அது ஒரு படுக்கையறை. எல்லா வசதிகளும் இருந்தன. ஆனால் யாரும் இல்லை. மாடியில் எல்லாரும் இருப்பதாக டிரைவர் சொன்னானே... வாசலில் நின்றுகூட யாரிடமோ பேசினானே... என்ன இது?

வித்யா குழப்பமாய் அறையைவிட்டு வெளி வந்து மாடிப்படிகளை அணுகி அங்கிருந்தே கீழே ஹாலைப் பார்த்தாள்.

ஹாலில் போடப்பட்டிருந்த சோபாவில் கால்கள் நீட்டி சாய்ந்துக்கொண்டு சிகரெட்டு பிடித்துக் கொண்டிருந்தான் டிரைவர்.

"டாக்டர் எங்கே?" என்றாள் அங்கிருந்தே.

அவசரமாக எழுந்துக்கொண்ட மது, "மேடம்... மேலேதான் இருக்காங்க."

"இங்கே யாருமே இல்லையே..."

"ஓ... நீங்க படுக்கையறையை மட்டும் பார்த்துட்டு திரும்பிட்டிங்களா? படுக்கையறைக்குள்ளே போய் இடது பக்கம் திரும்பினா ஒரு பெரிய ஹால் வரும். அங்கேதான் எல்லாரும் இருக்காங்க."

வித்யா நம்பிக்கை இல்லாமல் நின்றாள்.

"இருங்க, நான் வேணும்னா காட்டுகிறேன்..."

மது மாடிப்படிகளில் வேகமாக ஏற... வித்யா ஏதோ ஒரு விபரீதத்தை உணர்ந்தாள். என்ன செய்யலாம் என்று புரியாமல் நின்றாள்.

மேலே வந்த மது "என்னோட வாங்க" என்று முன்னால் நடக்க... வித்யா அவனைத் தொடரவில்லை. மாறாக அவசரமாக படிகளில் இறங்கினாள்.

திரும்பிப் பார்த்த மது, "எங்கே போறிங்க?" என்றான்.

அவனுக்கு பதில் சொல்லாமல் வேகமாக ஹாலைக் கடந்து வாசல் கதவை அடைந்தாள். திறக்க முயன்று தோற்றாள்.

உள்பக்கமாக சாவி போட்டு கதவு பூட்டப் பட்டிருந்தது. திடுக்கிட்டாள்.

பெரிதாக சிரித்துக்கொண்டே படிகளில் மெல்ல இறங்கினான் மது.

“என்னங்க, வெளியே போகலையா?”

“மரியாதையா என்னை அனுப்பிடு. கதவை திறந்து விடு.”

“திறக்கலாமே... ஆனால் இப்போ இல்லை வித்யா.”

கண்களில் மிரட்சியுடன் அவனையே பார்த்துக்கொண்டிருந்தாள்.

மது மெதுவாக அவளை நெருங்கினான். பாண்ட் பாக்கெட்டுக்குள் கையை நுழைத்தான். மயக்க மருந்து, தெளித்த கைக்குட்டையை வெளியே எடுத்தான். மேலும், நெருங்கினான்.

“வேணாம்.கிட்டே வராதே.”

“வந்தாச்சு...”

கைகளை அவளை நோக்கி நீட்டினான்.

“வேணாம் என்னைத் தொடாதே...”

“தொட்டாச்சு.”

கப்பென்று அவளின் இரண்டு கைகளையும் ஒரு கையால் அழுத்திப் பிடித்து, கைக்குட்டையை அவள் முகத்தில் முரட்டுத்தனமாக அழுத்தினான் மது.

மயக்க மருந்தை சுவாசித்த வித்யா உடனடியாக சரிந்தாள். அவளை அப்படியே இரண்டு கைகளிலும் அள்ளிக் கொண்டு, மாடியேறி அந்த படுக்கையறைக்குள் நுழைந்து கட்டிலில் கிடத்திவிட்டு கதவைச் சாத்திவிட்டு. கீழே வந்தான் மது.

வாசல் கதவு தட்டப்பட்டது.

நெருங்கி, “யார் அது?” என்றான்.

“நான்தாண்டா பூபதி.”

கதவைத் திறந்தான் மது. "என்னடா இவ்வளவு லேட்டு? இதென்ன கைல பெரிய பையா வச்சிருக்கே"

பூபதி உள்ளே வந்து கதவை சாத்திவிட்டுச் சொன்னான். "இதனாலதான் லேட்டு. பிராந்தி வாங்கிட்டு வந்திருக்கேன் மது. கொஞ்சம் உள்ளே தள்ளிட்டு விளையாண்டா அதோட குஷியே தனிதானே ஆமாம், எங்கே வித்யா? நம்ம திட்டம்படி எல்லாம் சரிதானே?"

"இப்பதான் மயங்க வச்சி மாடில படுக்கையறைல போட்டிருக்கேன். உனக்காகத்தான் காத்திருந்தேன். என்ன இருந்தாலும் விருந்து முதல்ல உனக்குதான் பூபதி. கமான்... உக்காரு. முதல்ல தண்ணி! அப்புறம் கன்னி"

இருவரும் ஹாலில் குடிப்பதற்குத் தயாரானார்கள்.

மயக்க நிலையில் வித்யாவின் தலைவலி அதிகமானது.

அவளுக்குள் ஒரு புதிய காட்சி மெல்ல மெல்ல தோன்றிக் கொண்டிருந்தது.

சந்தானம் வாத்தியார் சிவக்கண்ணுவால் கொலை செய்யப்பட்ட அதே மாந்தோப்பு நினைவில் தெரிந்தது. அதே மரம், சந்தானம் வாத்தியாரைப் போலவே அந்த இளைஞன் கட்டப்பட்டு இருந்தான்.

தீப்பந்தங்களுடன் நாலைந்து பேர். நடுவில் பின்புறமாக கைகள் கட்டப்பட்ட ஒரு இளம் பெண் கண்ணீருடன். அவள் அருகில் சிவக்கண்ணுவும், ஜிப்பா போட்ட இன்னொருத்தரும்.

"தம்பி சங்கர், உன் காதலி கல்யாணி ரொம்ப அழகாதான் இருக்கா. இல்லே?" என்று அந்தப் பெண்ணின் கன்னங்களை அழுத்தமாகப் பிடித்தார் சிவக்கண்ணு.

"அவளைத் தொடாதே..." என்று திமிறினான் கட்டிப் போடப்பட்டிருந்த சங்கர்.

"முட்டாள் தொடறதுக்காகத்தானே தூக்கிட்டு வந்தோம்."

"அய்யோ! வேணாம்."

"எங்களுக்கு வேணுமே."

"என்னை ஒண்ணும் செஞ்சிசுடாதீங்க" என்று கெஞ்சினாள் கல்யாணி.

சிவக்கண்ணு அருகில் இருந்த தன் நண்பர் பக்கம் திரும்பினார்.

"ரொம்ப தூரம் என்னைப் பார்க்கிறதுக்காக வந்திருக்கே. உனக்கு நல்ல விருந்தாத் தர வேணாமா பொண்ணு பிடிச்சிருக்கா?"

சிவக்கண்ணுவின் நண்பர், "பாத்தா பாவமா இருக்குப்பா" என்றார்.

"பாவ புண்ணியம் பார்த்தா சுகம் கிடைக்காதுப்பா. பலாத்காரம் உனக்கு பிடிக்காதா! அப்போ நான் ஆரம்பிக்கிறேன். போராட்டம் இல்லாமல் உனக்கு தர்றேன்" என்ற சிவக்கண்ணு கல்யாணியின் தாவணியை வெடுக்கென்று இழுத்தார்.

கைகள் கட்டப்பட்ட கல்யாணி, கால்களும் கட்டப்பட்டிருந்ததால் நகர முயற்சித்து தடுமாறி விழுந்தாள்.

"அய்யோ! அவளை விட்டுடு... என்னைக் கொன்னுடு..." என்று கத்தினான் சங்கர்.

அவனை லட்சியம் செய்யாமல் கீழே கிடந்த கல்யாணி அருகில் மண்டி போட்டு அமர்ந்த சிவக்கண்ணு படீர் என்று அவளின் ஜாக்கெட்டைக் கிழித்தார். "அம்மா" என்று அலறினாள் கல்யாணி.

துடித்தான் சங்கர். கண்கள் சிவக்க... தொண்டை கிழிய கத்தினான்.

சிவக்கண்ணு கல்யாணியின் முகம் நோக்கி குனிந்தார்.

நெளிந்தாள் திமிறினாள்.

படீர் என்று அவள் கன்னத்தில் அறைந்தார். மாறி மாறி அறைந்தார். கவிழ்ந்தார். முரட்டுத் தனமாக அணைத்துக் கொண்டு புரண்டார் மணலில்...

"நீங்கள்லாம் போங்கடா" என்று கத்தினார்...

அடியாட்களும், சிவக்கண்ணுவின் நண்பரும் விலக்கினார்கள்.

சங்கர் துடிக்கத் துடிக்க...

கல்யாணி திணறத் திணற...

அந்த வெறித்தனமான போராட்டம் துவங்கியது.

கதவைத் திறந்தான் பூபதி. கட்டிலில் ஆடைகள் நெகிழ்ந்த வெறியூட்டும் நிலையில் படுத்துக் கிடந்த வித்யாவைப் பார்த்தான்.

கதவைச் சாத்திக் கொண்டு நிதானமாக சட்டையைக் கழட்டி வீசினான். தள்ளாடலுடன் படுக்கையை நெருங்கினான்.

விளக்கின் ஒளியில் வழுவழுப்பாய் மின்னிய அவளின் இடைப்பகுதியைத் தொட்டான் பூபதி.

கண்களைத் திறந்தாள் வித்யா.

அத்தியாயம்... 22

கல்யாணியின் பெண்மை சங்கரின் கண்ணெதிரில் சிவக்கண்ணுவால் பறிக்கப்பட்டுக் கொண்டிருந்த கொடூர சம்பவத்தை தன் போன பிறவியின் நினைவுகளில் மனதில் பார்த்துக் கொண்டிருந்த வித்யா... பூபதி அவளைத் தொட்டதும் சடாரென்று விழிகளைத் திறந்தாள்.

காளிதேவியின் கண்களில் இருக்கும் உக்கிரமும், பயங்கரமும் அவளது கண்களில் குடியிருந்தன. உதடுகள் லேசாய் துடித்துக் கொண்டிருந்தன.

கட்டிலின் அருகே நின்ற பூபதியை முறைப்பாய்ப் பார்த்தாள்.

“முழிச்சுட்டியா டார்லிங்? உனக்காக நாங்க எவ்வளவு கஷ்டப்பட்டிருக்கோம் தெரியுமா?” என்று அவளின் தோளில் கையை வைத்தான்.

விருட்டென்று எழுந்தாள்.

சத்தமாகச் சிரித்தாள்.

“ஏன் சிரிக்கிறே?”

“எங்கே வந்தே?”

என்றாள் வித்யா. குரல் மிகமிக கடுமையாய் இருந்தது.

“உன்னை அனுபவிக்கத்தான்”

மறுபடி ஓவென்று சிரித்தாள்.

"வித்யா, ஏன் சிரிக்கிறே?"

"என் பேரென்ன?"

"வித்யா."

"போடா முட்டாள்! என் பேரு சங்கர்."

இப்போது பூபதி சிரித்தான்.

"நீதான் மறை கழண்ட பொண்ணாச்சே. உன்கிட்டே போய் நான் பேசிக்கிட்டு நின்னா இப்படித்தான் உளருவே... உன் பேரை நீ எப்படி வேணும்னாலும் வச்சிக்கோ. வம்பு பண்ணாமல் வா"

"எங்கே?"

"கட்டிலுக்குத்தான்" என்று அவள் கையைப் பிடித்து இழுத்தான்.

அடுத்த வினாடி...

அவனது இடது கன்னத்தில் அவள் கை இடியா இறங்கி வெடித்தது.

பொறிகலங்கிப் போனான் பூபதி. ஒரு பெண்ணுக்கு இவ்வளவு பலம் இருக்கிறதா? ஒரு முரட்டு பயில்வானின் அறைபோல ஒரு வேகமா ஆச்சரியமாய் அவளைப் பார்த்தான், கன்னத்தைப் பிடித்துக்கொண்டு.

"முட்டாள்! நான் ஆம்பளைடா."

பூபதி மறுபடி அவள் மேல் பாய்ந்தான்.

வித்யா இரண்டு கைகளாலும் பிடித்து அவனைத் தள்ள... மூன்றுபேர் பலம் போல இருந்தது அந்தத் தள்ளல். அறையின் மூலைக்கு வந்து விழுந்தான்.

"சொல்லிக்கிட்டே இருக்கேன். மேல வந்தா விழுகிறே" என்று வித்யா சுற்றிலும் பார்த்தாள். மெழுகுவத்தி வைக்கின்ற பித்தளை ஸ்டாண்டு ஒன்று கட்டில் அருகே இருந்தது.

பாய்ந்து அதைக் கையில் எடுத்துக் கொண்டாள்

தரையில் கிடந்த பூபதியை நோக்கி நடந்தாள் அவள் கண்களில் நெருப்பு இருந்தது. பற்கள் உரசி சத்தம் ஏற்பட்டது. கைகளின் நரம்புகள் புடைத்து நின்றன.

“டேய்!” என்றாள் கத்தலாய்.

“வித்யா, வேணாம். மரியாதையா அதைக் கீழே போடு...”

“மாட்டேன். என் கல்யாணியை என் கண்முன்னாடியே துடிக்கத் துடிக்க உயிரோட வச்சி கொலை பண்ணாங்கடா, உங்கப்பன் சாமிநாதன் அதிலே கலந்துகிட்டான். கற்பழிக்கப்பட்டு கதறின என் கல்யாணியை உங்கப்பன் ரெண்டாவது தடவை... அவளை...”

“என்ன உளர்றே”

“அதே புத்தி உனக்கு. சொல்லு! சாமிநாதன் எப்போ வர்றான் பம்பாயிலேர்ந்து?”

“அதைப்பத்தி உனக்கென்ன?”

“சொல்லுடா” என்று அந்த ஸ்டாண்டால் ஓங்கி பூபதியின் மண்டையில் அடித்தாள். உடனே பொத்துக்கொண்டு சிகப்புச் சிற்றாறு உற்பத்தியானது. “அய்யோ மது வா... என்னைக் காப்பாத்து” என்று அலறினான் பூபதி.

அறைக் கதவு சாத்தப்பட்டிருந்ததால் அவன் குரல் வெளியே போகவில்லை. கீழே ஹாலில் மது, மது அருந்திக்கொண்டு பூபதி வெளியே வருவதற்காகக் காத்திருக்க...

வித்யாவின் கைகள் ஆத்திரத்துடன் மறுபடி மறுபடி ஓங்கின. ஏழெட்டு அடிகள் உடல் முழுக்க வாங்கி அங்கங்கே கிழிந்து ரத்தம் கொட்ட ஒரு மயக்க நிலைக்குப் பயணமாகிக் கொண்டிருந்தான் பூபதி.

“சொல்லு...” என்று வித்யா மறுபடி ஓங்க...

இரண்டு கைகளையும் சிரமப்பட்டு உயர்த்திக் கும்பிட்டான்.

“சொல்றேன். அடிக்காதே நாளைக்கு காலைல அஞ்சு மணிக்கு விமானத்தில வர்றார். போதுமா? என்னை விட்டுடு...”

வித்யா சிரித்தாள்.

அந்தச் சிரிப்பு சாதாரணமாக இல்லை. ஒரு வெறி இருந்தது. ஒரு பயங்கரம் இருந்தது!

"உன்னை விட்டுடறதா? பொண்ணை பொம்மென்னு நினைச்சித் தொட்ட உன்னை விட்டுடறதா? மாட்டேன்டா மாட்டேன்..."

அந்த வலுவான ஸ்டாண்டினால் மேலும் மேலும் அவன் தலையில், முகத்தில் அடிக்கத் தொடங்கினாள் மேலும் மேலும் ரத்தம்.

அலறினான், கத்தினான் பூபதி. கண்கள் செருக மயங்கி விழுந்து நினைவிழந்தான். ஏகப்பட்ட ரத்தம் வெளியேறிக் கொண்டிருந்தது.

ஸ்டாண்டைத் தூக்கி எறிந்தாள் வித்யா.

வேகமாக நடந்து அறையின் கதவைத் திறந்தாள்.

வெளியே வந்து படிகளில் இறங்கினாள்.

சோபாவில் கையில் கிளாசுடன் அமர்ந்திருந்த மது மாடிப்படிகளில் இறங்குகிற ஓசை கேட்டுத் திரும்பி இவளைப் பார்த்து ஆச்சரியப்பட்டான்.

பூபதி வருவான் என்று எதிர்பார்த்தால் இவள் வருகிறாளே என்று குழப்பமடைந்தான்.

வித்யா நேராய் அவன் எதிரில் வந்து நின்றாள். அவன் வைத்திருந்த கண்ணாடி மதுக் கின்னத்தை நோக்கி கையை நீட்டினாள். எதுவும் புரியாமல் மது கொடுத்துவிட்டான். வாங்கிய வித்யா அதில் இருந்த மதுவை அவன் எதிர்பாராமல் சட்டென்று அவன் முகத்தில் அடித்தாள்

கண்கள் எரிய... "ஆ" என்ற அலறலுடன் நிலை தடுமாறித் தள்ளாடியபோது... கையில் இருந்த கண்ணாடி தம்ளரால் அவன் நெற்றியில் மோதினாள் வேகமாக...

"ஐயோ" என்று உச்சமாய் அலறினான். உடைந்த கண்ணாடிகள் குத்தின இடத்தைப் பிடித்துக் கொண்டு அப்படியே சோபாவில் சரிந்தான்.

கைகளைத் தட்டி முந்தானையால் கழுத்தில் வழிந்த வேர்வையைத் துடைத்துக் கொண்டு நடந்தாள்.

வீட்டின் வாசல் கதவைத் திறந்துக்கொண்டு வெளியே வந்தாள்.

நிறைய இருட்டு.

நிறைய அமைதி.

மவுனமாய் அவர்கள் வந்த கார் நின்று கொண்டிருந்தது.

அதன் அருகில் வந்து கொஞ்ச நேரம் நின்றாள் பின் வேகமாக சாலையில் நடக்க ஆரம்பித்தாள். மெயின் சாலைக்கு வந்து சற்றுநேரம் நின்றாள். வேகமாகச் சென்ற ஒரு ஆட்டோவை கையைத் தட்டி நிறுத்தி, ஏறிக் கொண்டாள்.

டாக்டர் அகிலாவின் வீட்டு வரவேற்பறையில் புத்தகங்களைப் புரட்டிக் கொண்டு அசோக் காத்திருந்தான்.

"ஏம்பா வித்யாவை போன் பண்ணி வரச் சொன்னதாகவும், அதனால வித்யா கார்ல புறப்பட்டுப் போனதாவும் சொன்னே. நான் வந்தப்போ மணி எட்டே கால். இப்போ மணி பத்தாகப் போகுது. இன்னும் டாக்டர், வித்யா ரெண்டு பேரையும் காணமே..." என்றான் அசோக்.

"டாக்டரம்மா வர்றதுக்கு பதினொரு மணி ஆகும்னு சொல்லிட்டுதான் போனாங்க. அதனால அவங்களோடதான் வித்யாம்மாவும் வருவாங்கன்னு நினைக்கிறேன்" என்றான் வேலைக்காரன்.

"டாக்டர் தம்பி எங்கே போயிருக்காரு"

"தெரியலைங்க. ஸ்கூட்டர் எடுத்துக்கிட்டு எங்கயோ போனாரு."

அசோக் எழுந்து கொண்டான். தன் சூட்கேஸை எடுத்துக் கொண்டான்.

"இதோ பாருப்பா, டாக்டரம்மாவும், வித்யாவும் வந்தப்புறம் சொல்லு. அசோக் ஊர்லேர்ந்து வந்துட்டார். ரொம்ப நேரம் காத்திருந்துட்டு காலைல வீட்டுக்கு வர்றேன்னு போனார்ன்னு சொல்லு. என்ன"

"சரிங்க."

அசோக் அகிலாவின் வீட்டைவிட்டு வெளியேறினான்.

அவன் போய் கால் மணிநேரம் கழித்து தன் பியட் காரை போர்டிகோவில் நிறுத்தித் கீழே இறங்கினாள் டாக்டர் அகிலா.

வாசல் கதவைத் திறந்துவிட்ட வேலைக்காரன் டாக்டரின் தோளுக்குப் பின்னால் கண்களைச் செலுத்தி தேடினான்.

"யாரைத் தேடறே நீ?"

"அந்த வித்யா அம்மா உங்ககூட திரும்பி வரலையா"

"திரும்பி வரலையாவா? அவள் எங்கே என்கூட வந்தாள். வீட்டுல ரூம்ல தூங்கிட்டிருப்பா."

"இல்லைங்கம்மா. நீங்கதானே போன் செஞ்சி நான் கார் அனுப்பறேன். வித்யாவை அனுப்பி வை. ஒரு பெரிய டாக்டர்கிட்டே அவசரமா காட்டணும்னு பூபதி ஐயாகிட்டே சொன்னீங்க? அது மாதிரி கார் வந்து வித்யா அம்மாவை மட்டும் கூட்டிக்கிட்டுப் போச்சே..."

அகிலா புருவங்களைச் சுருக்கினாள். குழப்பமுற்றாள்.

"வாட் நான்சென்ஸ்! நான் போன் செஞ்சேனா? இல்லையே... எங்கே பூபதி. கூப்பிடு அவனை... என்னென்னமோ சொல்றியே..."

"பூபதி அய்யா கூட்டர்ல எங்கேயோ போயிட்டாரும்மா."

"சரி, வித்யா கார்ல போனாளா"

"ஆமாம்மா. பூபதி அய்யாதான் அனுப்பி வச்சார்."

"அய்யோ... என்னப்பா இதெல்லாம். நான் போன் செய்யவும் இல்லை அனுப்பச் சொல்லவும் இல்லை."

அகிலா பரபரப்பாய் உணர்ந்தாள். உடனே வியர்த்தாள்.

டெலிபோன் ஒலித்தபோது பாய்ந்து எடுத்தாள்.

“அலோ, நான் பூபதியோட பிரண்டு மது பேசறேன்... நானும், பூபதியும் ஒரு சிக்கல்ல மாட்டிக்கிட்டோம். ரெண்டு பேருக்கும் ரத்த காயங்கள். பூபதி ரொம்ப அபாயமான நிலைமையில் நினைவில்லாமல் இருக்கான். எனக்கு இப்பதான் மயக்கம் தெளிஞ்சது. நான் சொல்ற விலாசத்துக்கு உடனே வாங்க” என்றான் மது.

அத்தியாயம்... 23

மதுவின் டெலிபோன் செய்தியைக் கேட்டு மிகவும் அதிர்ச்சி அடைந்தாள் டாக்டர் அகிலா.

"நீங்க இருக்கிற இடத்தோட விலாசத்தை சொல்லுங்க" என்றாள்.

மது திணறலுக்கு நடுவில் மூச்சுவாங்கிக் கொண்டு ஒவ்வொரு வரியாக சிரமப்பட்டு சொல்லி முடித்ததும், மீண்டும் மயக்கமானான். அவன் கையிலிருந்து டெலிபோன் ரிசீவர் நழுவி விழுந்து தொங்கியது.

ஹாலில் சரிந்து விழுந்தான் மது.

அகிலா சற்றுநேரம். "அலோ... அலோ" என்று சொல்லிப் பார்த்துவிட்டு யோசனையோடு போனை வைத்தாள்.

எதிரே கைகளைக் கட்டிக் கொண்டு நின்ற வேலைக்காரனை காரணமில்லாமல் முறைத்தாள். மார்புகள் விம்ம கொஞ்சநேரம் மூச்சுவிட்டாள்.

"இதோ பாரு முனுசாமி, போன் அடிச்சதும் பூபதி எழுந்து என்ன பேசினான்!" என்றாள்.

"போன் பேசினப்போ நான் தோட்டப்பக்கம் இருந்தேனுங்க. கார் வந்து நின்னு வித்யா அம்மா அறைக்குள்ள இருந்து வாசலுக்குப் போனப்போ நான் உள்ளே வந்தேங்க. பூபதி அய்யா என்கிட்டே "வித்யாவை அனுப்பி வைக்கச் சொல்லி அக்கா போன் செஞ்சி,

காரும் அனுப்பி வச்சிருக்காங்க"ன்னு சொன்னாரு. நான் சரின்னு இருந்துட்டேன். கொஞ்சநேரம் கழிச்சு தம்பி என்கிட்டே எதுவும் சொல்லாமல் ஸ்கூட்டர் எடுத்துக்கிட்டுப் போயிடுச்சி... என்னங்க சமாச்சாரம்?"

"உனக்கு விளக்கமா சொல்றதுக்கு இப்போ நேரமில்லை. என் ரூம்ல இருக்கிற என்னோட பெட்டியை எடுத்துக்கிட்டு சீக்கிரமா வா" என்றாள் பரபரப்பாக.

முனுசாமிக்காகக் காத்திருக்காமல் வாசலுக்கு வந்து காரில் ஏறிக்கொண்டு எஞ்சினை ஸ்டார்ட் செய்துவிட்டு, மருந்துப் பெட்டிக்காக காத்திருந்தாள். முனுசாமி மருந்துகள் அடங்கிய சிறிய சூட்கேசை எடுத்துக்கொண்டு ஓடிவந்ததும், வெடுக்கென்று வாங்கிக்கொண்டு புறப்பட்டாள்.

"வீட்லயே இரு. எங்கேயும் போய்விடாதே..." என்று கத்திவிட்டு சாலையில் இறங்கி அதிவேகமாக காரைச் செலுத்தினாள் அகிலா.

இரண்டு மூன்று இடங்களில் வண்டியை நிறுத்தி தான் குறித்து வைத்திருந்த மது சொன்ன விலாசத்தை விசாரித்துக் கொண்டு தொடர்ந்தாள்.

முக்கால் மணி நேரமாகியது அந்த விலாசத்தைக் கண்டுபிடிக்க.

வீட்டின் வாசலில் ஒரு டிபோர்ட் அம்பாசிடர் வண்டியும், பூபதியின் ஸ்கூட்டரும் நிற்பதைக் கவனித்தாள். அவசரமாக காரை நிறுத்தி பெட்டியை எடுத்துக்கொண்டு வீட்டின் வாசலுக்கு ஓடினாள்.

கதவில் கை வைக்க அது எதிர்ப்பு இல்லாமல் திறந்து கொண்டது.

உள்ளே வந்தவுடன் ஹாலில் மூலையில் டெலிபோன் ஸ்டாண்டிலிருந்து ரிசீவர் மட்டும் தொங்கிக் கொண்டிருப்பதும்... அருகில் ரத்த காயங்களுடன் அந்த இளைஞன் கிடப்பதும், சோபாவின் அருகில் தரையில் நிறைய உடைந்த கண்ணாடித் துண்டுகள் கிடப்பதும் முதலில் கண்ணில் பட்டன.

கழற்றின செருப்பை மறுபடி அணிந்துக்கொண்டு அந்த இளைஞனை நெருங்கிப் புரட்டினாள். மண்டையில் கொச கொச என்று ரத்தம் உறைந்து உறையாமல் இருந்தது.

அவனை அடையாளம் தெரிந்தது. பூபதியுடன் சில தடவைகள் பார்த்திருக்கிறாள். இவன் பெயர்தான் மதுவாக இருக்க வேண்டும். மயக்கத்தில் இருந்து நினைவு திரும்பியவுடன் போன் செய்தவன் இவனாகத்தான் இருக்க வேண்டும். பேசியவுடன் மறுபடி மயக்கம் ஏற்பட்டு விழுந்திருக்க வேண்டும்.

சரி, பூபதி எங்கே?

ஹால் முழுக்க கண்களால் தேடினாள். இல்லை. வாசலில் ஸ்கூட்டர் நிற்கிறதே... மது போனில் நானும், பூபதியும் ஒரு சிக்கலில் சிக்கி ஆபத்தான நிலையில் இருப்பதாகச் சொன்னானே...

பூபதியும் இங்கேதான் இருக்க வேண்டும்.

ஹாலின் அருகில் மாடிப்படிகளை கவனித்து, அதில் விரைவாக ஏறி மேலே வந்தாள் அகிலா. இரண்டு அறைகளில் ஒரு அறையின் கதவு லேசாய்த் திறந்திருக்க... அதை மேலும் தள்ளித் திறந்து நுழைந்தாள்.

உடல் முழுக்க, குறிப்பாக முகம் முழுக்க முழுக்க கிகப்பு பெயிண்டை கொட்டிக் கொண்டவன் போலக் கிடந்த பூபதியைப் பார்த்து விட்டாள்.

பதறி நெருங்கி அவசரமாக மூக்கின் முன் விரல்களை நீட்டிப் பார்த்தாள். லேசான வெப்பக் காற்று மோத... பெருமூச்சுவிட்டாள்.

அறையில் ஒரு போராட்டம் நடந்திருப்பதை உணர்ந்தாள்.

இதெல்லாம் யார் வேலை?

இப்போது முதலில் செய்ய வேண்டியது என்ன?

உடனே யோசித்து முடிவெடுத்தாள்.

முதலில் ஓரளவு முதலுதவி.

அப்புறம் ஆஸ்பத்திரிக்கும் போலீசுக்கும் இரண்டு டெலிபோன்கள் செய்ய வேண்டும்!

அவள் அவசரமாக அறையைவிட்டு வெளியேறி கீழே இறங்கி தொங்கிக் கொண்டிருந்த ரிசீவரைக் கையில் எடுத்து டயல் செய்ய ஆரம்பித்தாள்.

எழும்பூர் ஸ்டேஷன் அருகில் ஒரு குறிப்பிட்ட இடத்தில் நிறுத்தச் சொல்லி ஆட்டோவில் இருந்து இறங்கிக் கொண்டாள் வித்யா. தன் கைப்பையில் இருந்து பணம் தந்து பாக்கிக்காக நிற்காமல் நடந்தாள்.

தெருவிளக்கின் வெளிச்சத்தின் அடியில் வந்து நின்று தன்னை ஒருமுறை முழுமையாகப் பார்த்துக் கொண்டாள். முந்தானையில் இரண்டொரு இடங்களில் மட்டும் பொட்டுப் பொட்டாக ரத்தத் துளிகள் இருந்தன.

நடந்தாள்.

கழிவறைக்குச் சென்று, கதவைச் சாத்திக் கொண்டு கை, கால்களைச் சுத்தமாகக் கழுவினாள். சேலையை அவிழ்த்து தலைப்பு மாற்றி முந்தானைப் பகுதியை உள்ளே செருகி வெளியே தெரியாமல் மறைத்துக் கட்டிக் கொண்டாள்.

வெளிவந்து நடந்தாள்.

ஸ்டேஷனை நெருங்கினாள். ஒரு பிளாட்பாரம் டிக்கெட் வாங்கிக் கொண்டாள்.

உள்ளே வந்து கும்பல் கும்பலாய் நள்ளிரவு ரயில்களுக்காகக் காத்திருக்கும் பயணிகளைக் கடந்து நடந்தாள். ஓரிடத்தில் நின்று ஒரு பத்திரிகையை வாங்கிக்கொண்டு சிமெண்டு பெஞ்சில் அமர்ந்து நிதானமாகப் புரட்ட ஆரம்பித்தாள் வித்யா.

அரசாங்க ஆஸ்பத்திரி. நேரம்: இரவு 1 மணி.

அவசரப் பகுதியில் பூபதிக்கும், மதுவுக்கும் சிகிச்சை நடந்து கொண்டிருந்தது.

வெளியே வெள்ளை பெஞ்சில் அகிலா அமர்ந்திருந்தாள். அவள் எதிரே இன்ஸ்பெக்டர் தயாளனும், இரண்டு கான்ஸ்டபிள்களும் நின்று கொண்டிருந்தார்கள்.

“நீங்க சொல்றது ஆச்சரியமா இருக்கு மேடம்... நீங்க பேசினதா யார் பேசியிருக்க முடியும்? அது முதல் நெருடல். கார்ல வந்து வித்யாவை அழைச்சிட்டுப் போனது யாரு? பூபதி தனியாதான் புறப்பட்டுப் போயிருக்காரு. ராகவன் என்கிறவர் வீடு அது. பக்கத்திலே விசாரிச்சதிலே அவங்க குடும்பத்தோட சிங்கப்பூர் போயிருக்கிறதை தெரிஞ்சுகிட்டாச்சு. வீட்டுச்சாவி இந்த ரெண்டு பேருக்கும் எப்படி கிடைச்சது! ரெண்டுபேரும் அங்கே ஏன் வந்தாங்க? என்ன நடந்தது? எத்தனை குழப்பமான கேள்விகள் பாருங்க மேடம்...”

“நீங்க நினைக்கிற மாதிரி அவ்வளவு குழப்பமா எனக்குப் படலை இன்ஸ்பெக்டர். வித்யாவை ஏத்திக்கிட்டுப் போன கார்தான் ராகவன் வீட்டு வாசல்ல நிக்கிது. அதனால மதுதான் வித்யாவை கடத்திக்கிட்டு அந்த வீட்டுக்கு வந்திருக்கான். அப்புறம் பூபதி அங்கே வந்திருக்கான்.”

“அப்போ ரெண்டுபேரும் திட்டம் போட்டு இதை நடத்திருக்காங்க...”

“அப்படித்தான் நடந்திருக்கணும். வேற எப்படி யோசிக்கிறது? படுக்கையறையிலே பூபதி அடிபட்டிருக்கான் ஹால்ல மது அடிபட்டிருக்கான். படுக்கையறையிலே மல்லிகைப் பூவையும், உடைஞ்ச வளையல் துண்டுகளையும் பார்த்தோம், அதனால...”

“வெரிகுட், அதையேதான் நானும் ஊகிச்சேன் உங்க தம்பி என்கிறதினால நீங்க மாத்தி பேசறிங்களான்னு பார்க்கதான் கேஸ் புரியாத மாதிரி பேசினேன் மேடம். வித்யாவை பலாத்காரம் பண்ணினப்போ வித்யா பூபதியை தாக்கிட்டு, கீழே வந்து மதுவையும் தாக்கிட்டு ஓடிட்டா. இதுதான் நடந்திருக்கு. இல்லையா?”

“ஆமாம் இன்ஸ்பெக்டர். வித்யா அழகானவள். ஆனால் இவ்வளவு தூரம் தாக்கற அளவுக்கு பலமானவள் இல்லையே”

"தன் கற்புக்கு ஒரு சோதனை வர்றப்போ ஒரு பெண்ணுக்கு அசாத்திய துணிச்சலும், பலமும் வர்றது ஆச்சரியமில்லை மேடம். இப்போ நாங்க வித்யாவைப் பிடிச்சாகணும். அந்த வீட்லேர்ந்து வெளியே வந்த வித்யா எங்கே போயிருக்கலாம்னு நீங்க நினைக்கிறிங்க?"

"எனக்குத் தெரிஞ்சி வித்யா போறதுக்கு மூணே மூணு இடங்கள்தான் இருக்கு. ஒண்ணு என் வீடு. ரெண்டு அவள் படிச்ச ஹாஸ்டல். மூணு அவளோட காதலன் அசோக்கோட ரூம், ஆனால் அசோக் ஊர்ல இல்லை."

"ஒவ்வொரு இடமாக செக் பண்ணிடலாம். இங்கே ஆஸ்பத்திரியில் இருந்தே போன் செஞ்சி உங்க வீட்டுக்குப் பேசலாம். ஏற்கனவே ஒரு போலீசை மப்டியில் அனுப்பி வச்சிருக்கேன். என்னோட வாங்க. எந்த காலேஜ் ஹாஸ்ட்டல்னு சொல்லுங்க. டைரக்டரி பார்த்து நம்பர கண்டுபிடிச்சி போன் செய்யலாம். அசோக்குக்கு போன் நம்பர் இருக்கா?"

"ஆபீஸ் நம்பர்தான் இருக்கு. இந்த நேரத்திலே எப்படி சரியா வரும்? ரூம் அட்ரஸ் இருக்கு."

"சரி, நானே போய் பார்க்கிறேன். வாங்க போன் செஞ்சிடலாம்."

இன்ஸ்பெக்டரும், டாக்டர் அகிலாவும் நீளமான வராந்தாவில் நடந்து வரவேற்புப் பகுதியில் அனுமதி பெற்று டெலிபோன் உபயோகித்து விட்டுத் திரும்பினார்கள்.

"வீட்டுக்கும் வரலை. ஹாஸ்ட்டலுக்கும் வரலை அசோக் ரூமிலேதான் பார்க்கணும். ஆபரேஷன் முடிஞ்சி ரெண்டுபேரையும் பெட்ல விட்டுட்டு எப்போ நினைவு திரும்பும்னு கேட்டுக்கிட்டு நான் அசோக் ரூமுக்குப் போறேன். விலாசம் சொல்லுங்க" என்று கேட்டு குறித்துக் கொண்டார், இன்ஸ்பெக்டர் தயாளன்.

மறுபடி அவர்கள் ஆபரேஷன் தியேட்டரின் வாசலில் காத்திருக்க...

சற்று நேரத்தில் கதவு திறந்தது.

நெற்றியில் கைக்குட்டையால் ஒற்றிக் கொண்டே வெளியே வந்த டாக்டர் இன்ஸ்பெக்டரைப் பார்த்து...

“சாரி இன்ஸ்பெக்டர், எங்களால் ரெண்டு பேர்ல ஒருத்தரை மட்டும்தான் காப்பாத்த முடிஞ்சது” என்றார்

அத்தியாயம்... 24

இரண்டு பேரில் ஒருவரைக் காப்பாற்ற இயலவில்லை என்று டாக்டர் சொன்னதும் துடித்துப் போனாள் அகிலா.

அதிகம் சஸ்பென்ஸ் வைக்காமல் மேலும் சொன்னார் டாக்டர்.

"பூபதியைத்தான் காப்பாற்றியிருக்கோம். அவருக்கு கனமான இரும்பினாலே அடிபட்டதிலே ரத்தப் போக்குதான் அதிகம். கபாலத்திலே லேசா விரிசல். மூளை பாதிக்கப்படலை. ஆனால் மதுவுக்கு மண்டையிலே கண்ணாடித் தூள்கள் நிறைய உள்ளே போய் மூளையிலே நிறைய செருகி... காப்பாத்த முடியாமல் போயிடுச்சி."

கொஞ்சம் நிம்மதிப் பெருமூச்சுவிட்டாள் அகிலா.

"ஏன் டாக்டர், பூபதிக்கு எப்போ நினைவு வரும்?"

"கொறைச்சலா மூணுலேர்ந்து நாலு மணிநேரம் ஆகும். அவரை இப்போ பார்க்கக்கூட நாங்கள் அனுமதிக்க மாட்டோம்" என்று கூறிவிட்டு நடந்தார் டாக்டர்.

"ஓகே மேடம்... நீங்கள் இங்கேயே இருங்க. நான் அசோக் ரூமிலே வித்யா இருக்காளான்னு பார்க்கிறேன். வித்யாவோட போட்டோ இருக்கா உங்கள்கிட்டே!" என்றார் இன்ஸ்பெக்டர் தயாளன்.

"என்கிட்டே இல்லை. அசோக் வச்சிருப்பார்."

“சரி, நீங்கள் இங்கேயே இருங்க. வந்துடறேன். பூபதிக்கு நினைவு திரும்பினதும் ஸ்டேட்மெண்டு வாங்கணும். இப்போ இது அடிதடி கேஸ்லேர்ந்து கொலைக் கேசாயிடுச்சி. நிறைய வேலை வாங்கப் போவுது என்னை...” என்று நடந்தார்.

இரண்டு கான்ஸ்டபிள்கள் மட்டும் நின்றார்கள்.

தயாளன் ஆஸ்பத்திரியை விட்டு வெளியேறி நின்று கொண்டிருந்த ஜீப்பில் ஏறிக்கொண்டு, டிரைவரிடம் அசோக்கின் அறை இருக்கும் ஏரியாவுக்கு ஓட்டச் சொன்னார்.

நடு இரவில் செத்துப் போயிருந்த அந்த சாலையில் மவுனமான அந்த லாட்ஜ் முன் வந்து ஜீப் நின்றது

பிளாட்பாரத்தில் படுத்திருந்த ஒரு நாய் தலையைத் தூக்கிப் பார்த்துவிட்டு ஒரு தரம் குரைத்துவிட்டு மறுபடி தூங்க ஆரம்பித்தது.

அருகில் இருந்த சினிமா தியேட்டரில் இரண்டாம் காட்சி முடிந்து மக்கள் வர ஆரம்பித்தார்கள்.

இன்ஸ்பெக்டர் தயாளன் கட்டிடத்துக்குள் நுழைந்து மாடிப்படிகளில் ஏறி வரிசையாக இருந்த அறைகளின் தலையில் எழுதப்பட்டிருந்த எண்ணைப் பார்த்துக் கொண்டே வந்து...

ஓர் அறையின் முன்நின்று தட்டினார்.

இரண்டு மூன்று தட்டலுக்குப் பிறகு உள்ளே விளக்கெரிந்தது. கதவு திறக்கப்பட்டது. தூக்கக் கலக்கத்துடன் கண்களைக் குறுக்கிப் பார்த்து, “யாரு?” என்றான் அசோக்.

இன்ஸ்பெக்டர் தயாளன். “உங்கள் பேர்தானே அசோக்” என்று கேட்டுக் கொண்டே அவராக அறைக்குள் நுழைந்து பார்த்தார்.

அசோக்கைத் தவிர அந்த சின்ன அறையில் வேறு யாரும் இல்லை. அவசரமாக கட்டிலுக்கு அடியில் குனிந்தும் பார்த்தார். இல்லை.

கண்களை உதறிக் கொண்டான் அசோக்.

“என்ன இது எனக்கு எதுவும் புரியலையே” என்றான்.

"நீங்கள் ஊரில் இல்லைன்னு சொன்னாங்களே..."

"ஆமாம். கடையப்பட்டி போயிட்டு ராத்திரி எட்டு மணிக்குத்தான் வந்தேன். என்ன சார் விஷயம்?"

"வித்யா இங்கே வந்தாங்களா?"

"இங்கே வர்றதா? இங்கே ஏன் வர்றா?"

"வந்தாங்களா, இல்லையா?" என்றார் கடுமையாக.

"இல்லை சார். எனக்கு ஒரே குழப்பமா இருக்கு. நீங்கள் எதுக்காக கேக்கறீங்க?"

"இப்படி உக்காருங்க. சொல்றேன்" என்று கட்டிலில் உட்கார்ந்துக்கொண்டு, அவனையும் உட்கார வைத்து நிதானமாக, சுருக்கமாக, எதையும் விடாமல் எல்லாவற்றையும் சொல்லி முடித்தார் இன்ஸ்பெக்டர்.

"என் வித்யா கொலை செய்தாளா?" என்று அலறினான்.

"அமைதியா இருங்க அசோக். கொலை செய்யணுங்கற நோக்கத்திலே செய்யலை. தன்னைப் பாதுகாக்கத் தாக்கினது கொலையிலே முடிஞ்சுடுச்சி. எப்படியிருந்தாலும் அது குற்றம்தான். உங்கள்கிட்டே வித்யாவோட. போட்டோ இருக்கணுமே..."

"இருக்கு."

"கொடுங்க."

"என்ன செய்யப் போறிங்க சார்"

"உங்கள்கிட்டே சொல்லிட்டு செய்யணுங்கற அவசியம் இல்லை எனக்கு. சட்டுன்னு எடுங்க."

அசோக் தனது மணிபர்சை எடுத்து அதிலிருந்து வித்யாவின் போட்டோவை வெளியே எடுத்து நீட்டினான். வாங்கிப் பார்த்துவிட்டு பாக்கெட்டில் வைத்துக் கொண்டு எழுந்தார் தயாளன்.

"வித்யா இங்கே வந்தால் இந்த நம்பருக்கு போன் செய்யுங்க. அவளை மறைச்சி வைக்க நினைச்சா நீங்களும் குற்றம் செஞ்சவர்

ஆயிடுவீங்க. ஜாக்கிரதை என்று ஒரு துண்டு காகிதத்தில் போன் நம்பர் எழுதி அவன் கையில் தந்துவிட்டு நடந்தார்."

பிரமை பிடித்தவன் போல நின்று அசோக் அவசரமாகக் கேட்டான்:

"இப்போ டாக்டர் அகிலா எங்கே இருக்காங்க"

"கவர்மண்ட் ஆஸ்பத்திரில பூபதியோட வார்டிலே." என்று சொல்லிவிட்டு நாளைக்கு மறுபடி வருவேன். உங்களை நிறைய விசாரிக்கணும். எங்கேயும் போகாம ரூமிலேயே இருங்க" என்று கூறிவிட்டு இறங்கி ஜீப்பில் ஏறிக் கொண்டார் தயாளன்.

"எங்க சார் போகணும்?" என்றான் டிரைவர்.

"முதல்ல போன அந்த சம்பவம் நடந்த ராகவன் வீட்டுக்குப் போ. எதாச்சும் தடயம் கிடைக்குதான்னு இன்னொரு தடவை பார்க்கணும். அப்புறம் அந்த வீட்டுக்குப் பக்கத்திலே இருக்கிற ஆட்டோ ஸ்டாண்டிலையும் விசாரிக்கணும். வேகமா போ" என்றார்.

ஜீப் மறைந்ததும்... அசோக் சட்டையை மாட்டிக்கொண்டு, அறையைப் பூட்டிக் கொண்டு விடுவிடுவென்று இறங்கி நடந்து தூங்கிக் கொண்டிருந்த ஒரு ஆட்டோ டிரைவரை அவசரமாக எழுப்பினான்.

"ரொம்ப அவசரமா அரசாங்க ஆஸ்பத்திரி போகணும், வாப்பா" என்றான்.

"போய்யா, வராது."

"ஐம்பது ரூபா தர்றேன்."

அந்த ஆட்டோ டிரைவர் உடனே விழித்து அமர்ந்து ஸ்டார்ட் செய்தான்.

அந்த அகால நேரத்தில் உள்ளே அனுமதிக்க முடியாது. இது பார்வையாளர் நேரம் இல்லை என்று அசோக் நிறுத்தப்பட்டான்.

"தான் போகவில்லை எனவும் சற்றுமுன் எமர்ஜென்சி வார்டில் ஆபரேஷன் செய்யப்பட்டு ஸ்பெஷல் வார்டில் இருக்கும் பூபதியின்

அக்கா டாக்டர் அகிலாவை அழைக்கவாவது செய்யுங்கள், அவசரமான விஷயம் என்று கெஞ்சினான்."

கொட்டாவியுடன் ஒரு நர்ஸ் வேண்டா வெறுப்பாக ஸ்பெஷல் வார்டுக்குப் போனாள். சற்று நேரத்தில் அகிலா வந்தாள்.

ஆஸ்பத்திரியில் வரவேற்புப் பகுதியில் போடப்பட்டிருந்த மூங்கில் நாற்காலிகளில் இருவரும் அமர்ந்தார்கள்.

"டாக்டர், இன்ஸ்பெக்டர் எல்லாம் சொன்னார். என் வித்யா எங்கே?"

"அதைத்தான் தெரிஞ்சுக்க முடியலை. போலீசும் தேடுது."

"எல்லாம் உங்க தம்பியாலதான். இவ்வளவு மோசமானவரா இருப்பார்னு நான் நினைக்கவே இல்லை."

"நானும் எதிர்பார்க்கலை. இல்லைன்னா அவன் வீட்ல இருக்கிறப்போ நான் வித்யாவை தனியா விட்டுட்டுப் போவேனா? ஆனால் அவனோட தப்புக்கு சரியான தண்டனை கொடுத்துட்டா வித்யா. சாக இருந்து அதிஷ்டவசமாதான் பிழைச்சிருக்கான்."

"மயக்கம் தெளிஞ்சிடுச்சா?"

"இன்னும் இல்லை. மணி இப்போ இரண்டே காலாகுது. நாலு மணிக்கு மேலதான் தெளியும்னு டாக்டர் சொல்லியிருக்கார். நீங்க போன விஷயம் என்ன ஆச்சு மிஸிடர் அசோக்?"

"வித்யாவுக்கு ஏற்பட்டிருக்கிற குழப்பங்கள் எல்லாம் பிரமை இல்லை. அவளுக்கு ஏற்பட்டிருக்கிறது போன பிறவியின் நினைவுகள்தான். போன பிறவியிலே அவள் ஒரு ஆம்பளையா கடையப்பட்டியில் வாழ்ந்திருக்காள். பேரு சங்கர். இன்னும் இது தொடர்பா நிறைய தகவல்கள் செரிஞ்சிக்கிட்டு வந்திருக்கேன். ஆனால் இப்போ முக்கியமான விஷயம். வித்யா எங்கே போயிருப்பாங்கிறதுதான். இல்லையா டாக்டர்?"

"ஆமாம், எனக்கும் அதுதான் கவலையா இருக்கு. ஏற்கனவே மனநிலை சரியில்லாத பொண்ணு. கடத்தப்பட்டு

தப்பான காரியத்துக்கு முயலப்பட்டப்போ இன்னும் அதிர்ச்சி அடைஞ்சிருப்பா. பத்தாததுக்கு ரெண்டு பேரையும் பயங்கரமா தாக்கிட்டுப் போயிருக்கா. இப்போ அவளோட மனநிலை ஒரு புயல் மாதிரி, யானை பலம் இருக்கும் மனத்திலே. இந்த நிலைமையில் அவள் உங்க ரூமுக்கும் வரலை. வீட்டுக்கும் வரலை. ஹாஸ்ட்டலுக்கும் போகலை. வேற எங்கே போயிருக்க முடியும்ணும் புரியலை. இப்போ அவள் இருக்கிற நிலைமை நிச்சயமா அவளுக்கும் ஆபத்தானது. மத்தவங்களுக்கும் ஆபத்தானது" என்றாள் அகிலா கவலைக் கண்களுடன்.

அசோக் நகத்தைக் கடித்துக்கொண்டு யோசித்தான்.

எங்கே போயிருக்க முடியும் அவள்?

சம்பவம் நடந்தது ராத்திரி ஒன்பது மணி அளவில். இப்போது மணி இரண்டரை, இந்த இடைப்பட்ட நேரத்தில் என்ன செய்திருப்பாள்?

என்ன செய்திருப்பாள்?

"என்ன செய்யலாம் டாக்டர்" என்றான் அசோக்.

"அதான் எனக்கும் புரியலை. இன்ஸ்பெக்டர் வர்ற வரைக்கும் காத்திருக்க வேண்டியதுதான். பூபதி கண் திறந்தா எதாச்சும் புது தகவல்கள் கிடைக்கலாம். வித்யா எங்கே போயிருப்பான்னு ஒருவேளை அவனுக்குத் தெரிஞ்சிருக்கலாம்."

இரண்டுபேரும் காத்திருந்தார்கள்.

விடியப் போவதற்கான ஆரம்ப வேலைகளை கவனித்தது வானம். ராத்திரி பூரா சுமந்திருந்த கறுப்புக் கரித் தூள்களைக் கழுவித் தள்ளத் துவங்கியது. ஓரளவு கறுப்பு போய் இப்போது லேசான சாம்பல் நிறம் வந்தது.

எழுந்து கொண்டாள் வித்யா. ஒரு பைப்பில் முகம் கழுவிக் கொண்டாள். எக்மோர் ஸ்டேஷனை விட்டு வெளியே வந்தாள்.

ஒரு டாக்சியை அணுகி, “மீனம்பாக்கம் வர்றியா?” என்றாள். வரச் சம்மதிக்கவே ஏறிக்கொண்டாள்.

மீனம்பாக்கம் விமானநிலைய வாசலில் அவள் இறங்கிக்கொண்டு டாக்ஸியை அனுப்பினபோது மணி ஐந்தாக ஐந்து நிமிடம். விசாரணைப் பகுதியில் “பம்பாயில் இருந்து வருகிற விமானம் எப்போது வரும்?” என்றாள்.

“இன்னும் ஐந்து நிமிடத்தில்...” என்று பதில் வந்தது!

அத்தியாயம்... 25

பம்பாயில் இருந்து வருகிற விமானம் இன்னும் ஐந்து நிமிடத்தில் வரும் என்பதை அறிந்து கொண்டபின் வித்யா அந்த அதிகாலையில் விமான நிலையத்தின் காத்திருக்கும் அறையில் சேலையைப் போர்த்திக்கொண்டு அமர்ந்து காத்திருந்தாள்.

வித்யாவின் உதடுகள் சன்னமாகத் துடித்துக் கொண்டிருந்தன. அவளின் கண்கள் இரண்டிலும் நெருப்பின் பொறி இருந்தது. கைகள் இரண்டும் ஒன்றை ஒன்று பிசைந்து கொண்டிருந்தன.

ஒரு தரம் இடுப்பைத் தொட்டுப் பார்த்துக் கொண்டாள். அங்கே நேற்றைய இரவு எழும்பூர் ரெயில் நிலையம் முன்பு வாங்கிய கூரான கத்தி இடுப்பை தொட்டுக் கொண்டு சேலைக்குள்ளே உட்கார்ந்திருந்தது.

பம்பாயில் இருந்து வருகிற விமானம் வந்து இறங்கி, ஒரு தளத்தில் வந்து கொண்டிருப்பதாக பெண் அறிவிப்பாளர் ஒலி பரப்பிக்கொண்டு இருந்தார்.

வித்யா எழுந்துக் கொண்டாள்.

பூபதியின் ஸ்பெஷல் வார்டுக்கு வெளியே அகிலாவும், அசோக்கும் காத்திருக்க... இன்ஸ்பெக்டர் தயாளன் சிகரெட்டு பிடித்துக்கொண்டு நின்றார்.

"ஒரு நிமிடம், நான் வீட்டுக்கு போன் செய்துவிட்டு வந்துடறேன்" என்று போனாள் டாக்டர் அகிலா.

போன் எடுத்து தனது வீட்டு எண்களைச் சுழற்றினாள்.

"முனுசாமி, நான்தான் அகிலா பேசறேன். மணி ஐந்தாகுது. பம்பாய்லேர்ந்து அப்பா விமான நிலையத்தில் வந்து இறங்கியிருப்பார். இங்கே பூபதியோட மயக்கம் இன்னும் தெளியவில்லை. அதனால் அவருக்கு கார் அனுப்ப முடியலை. போன் செய்தால் விவரத்தை சொல்ல வேண்டாம் டாக்சி பிடிச்சு உங்களை வீட்டுக்கு வரச்சொன்னாங்க சின்னம்மான்னு மட்டும் சொல்லு."

"தம்பிக்கு எப்படி இருக்குதம்மா"

"நல்ல வேளையா பிழைத்துக் கொண்டான். நிறைய ரத்தம் கொடுத்தாங்க. ஏகப்பட்ட தையல் போட்ருக்காங்க. இன்னும் மயக்கம் தெளியலை. அதனாலதான் எல்லாரும் காத்து கிட்டிருக்கோம். வித்யா வந்தாளா?"

"இல்லேம்மா."

"போன் எதுவும் செய்தாளா?"

"இல்லைம்மா."

"ஒருவேளை வித்யா அங்கே நம்ம வீட்டுக்கு வந்தால் அவள்கிட்டே நைசா பேசி அறைக்குள்ளே அனுப்பி கதவைப் பூட்டிட்டு எனக்கு போன் செய். போன் செய்தால் எங்கே இருந்து பேசறான்னு விசாரித்துக் கொள். அய்யா வந்ததும் அவருக்கு தெரியாம ஆஸ்பத்திரிக்கு போன் செய்து என்னை கூப்பிடு. நான் புறப்பட்டு நேரில் வந்து பக்குவமா சொல்லிக் கொள்கிறேன். என்ன?"

"சரிம்மா"

அகிலா போனை வைத்துவிட்டு வந்து மறுபடி அவர்களோடு கலந்து கொண்டாள்.

"ராத்திரி பூரா தேடியாச்சு. இதோ விடிஞ்சிக்கிட்டிருக்கு வித்யா எங்கேதான் போயிருப்பாள்" என்றார் இன்ஸ்பெக்டர் தயாளன்.

"அதுதான் எனக்கும் புரியலை" என்றான் அசோக்.

“இங்கே வித்யாவுக்குத் தெரிஞ்சவங்க வீடு எதாச்சும் இருக்கிறதா அசோக்?” என்றாள் அகிலா.

“இல்லை. அவளோட குழப்பமான மனநிலையில், தன்னை கற்பழிக்க வந்த இரண்டு பேரையும் மூர்க்கத்தனமா தாக்கிட்டுப் போயிருக்கிற அவளுக்கு, இப்போது மனநிலை ரொம்ப ஆபத்தானதாக இருக்கும். எங்கே இருப்பாள் என்று என்னால யூகிக்கவே முடியலை. நான் இப்போ அறைக்குப் போய் பார்க்கட்டுமா? ஒருவேளை எங்கேயாவது; சுத்திவிட்டு அப்புறம் என்னைத் தேடி வந்தருக்கலாம்.”

“அதுவும் நல்ல யோசனைதான். இப்போ ஒரு தடவை உங்கள் அறைக்குப் போய் பார்த்துடலாம். நானும் வர்றேன். வாங்க” என்றார் தயாளன்.

இருவரும் புறப்பட்டு வராந்தாவில் நடக்க...

பூபதியின் அறைக்குள் இருந்து நர்ஸ் வெளிப்பட்டாள்.

“மேடம் உங்கள் தம்பிக்கு உணர்வு திரும்பியிருக்கு. இப்போதான் கண்ணைத் திறந்தார். “அக்கா! அக்கா!” என்று சன்னமா உங்களைக் கூப்பிடுகிறார்” என்றாள்.

தூரத்தில் நடந்து கொண்டிருந்த இரண்டு பேரையும் நோக்கி அகிலா சத்தமாக அழைத்தாள். “பூபதிக்கு. நினைவு திரும்பிடுச்சி. வாங்க.”

இருவரும் அவசரமாகத் திரும்பி வந்தார்கள்.

மூவருமாக அறைக்குள் நுழைந்தார்கள்.

படுக்கையில் முகம், தலை, கை, மார்பு என்று எங்கும் பாண்டேஜ் போடப்பட்டு... மார்புவரை போர்த்தப்பட்டு இருந்தான் பூபதி. கையில் குளுக்கோஸ் ஏறிக்கொண்டிருந்தது. கண்கள் கிணற்றுக்குள் கிடப்பதுபோல உள்ளே போயிருந்தன. முகம் முழுக்க களைப்பும், சோர்வும் இருந்தது.

இவர்கள் வந்த சத்தத்தைக் கேட்டு கண்களைத் திறந்தான் பூபதி.

நர்ஸ் இன்ஸ்பெக்டரிடம் வந்து, "ரொம்ப பேச்சுக் கொடுக்காதீங்க. ஒண்ணு, ரெண்டு பேசிட்டு போய் விடுங்க, அவருக்கு நிறைய ஓய்வு முக்கியம்" என்றாள்.

பூபதி அகிலாவைப் பார்த்து பலவீனமாக "அக்கா அக்கா" என்றான்.

அவனது அழைப்பில் ஒரு அவசரம் இருந்தது.

அவனுக்கு அருகில் அமர்ந்து கலங்கியிருந்த அவன் கண்களைத் துடைத்துவிட்டு "கவலைப்படாதே பூபதி. நீ பிழைத்தவிட்டாய். என்ன நடந்திருந்தாலும் எல்லாவற்றையும் மறந்துவிடு. இப்போது எதுவும் பேச வேண்டாம். நல்லா ஓய்வு எடு" என்றாள் அகிலா.

"அப்பா... வ... வந்துட்டாரா?" என்றான்.

"இன்னும் வரவில்லை. அநேகமா இப்போதான் வந்து விமான நிலையத்திலே இறங்கியிருப்பார். அவர்கிட்டே பக்குவமா விஷயத்தைச் சொல்றேன். நீ கவலைப்படாமல் தூங்கு."

"அக்கா... அப்பாவுக்கு... ஆபத்து!"

"பூபதி, என்ன சொல்றே?"

இன்ஸ்பெக்டர் தயாளன் அவசரமாய் ஆச்சரியப்பட்டார்.

"என்ன சொல்றீங்க விபரமா சொல்லுங்கள்..."

பூபதிக்கு அதிகமாய் பேச முடியவில்லை. கண்களில் சோர்வு வந்து அழுத்தியது. அதனையும் மீறி சிரமப்பட்டு மெல்ல சொன்னான்:

"வி... வித்யா நம்ம அப்பாவை கொல்லப் போகிறாள், எப்போ... வருவார்னு என்னை மிரட்டி தெ... தெரிஞ்சுக்கிட்டாள். அ... அப்பவை கா... காப்பாத்துங்க" என்றவன், மயக்கமானான்.

அகிலா அதிர்ச்சியுடன் தயாளனைப் பார்த்தாள்.

“வித்யா எதுக்காக அவரைக் கொல்லணும், பூபதிக்கு லேசா காய்ச்சல் இருக்கு. அந்த காய்ச்சல்லே உளறுகிறான். எனக்கு எதுவும் புரியவில்லையே, இன்ஸ்பெக்டர்.”

“மேடம். வாங்க முதல்ல அறையைவிட்டு வெளியே போய்விடலாம். பதட்டப்படாமல் செயல்படலாம். ஏன், எதுக்குன்னு அப்புறம் யோகிக்கலாம். முதல்ல உங்கள் அப்பாவை பாதுகாப்பா வீட்டுக்குக் கொண்டுவந்து சேர்க்கலாம். எத்தனை மணிக்கு பம்பாய் விமானம் வருது?” என்றார் தயாளன்.

“ஐந்து மணிக்கு...”

மணிக்கட்டைப் பார்த்து, “இப்போது மணி ஐந்து அநேகமா வந்திருக்கும். வாங்க எல்லாரும் விமான நிலையத்துக்குப் போகலாம். பூபதி சொன்ன மாதிரி வித்யா உங்க அப்பாவை கொலை செய்றதுக்கு ஒரு காரணத்தை நான் யூகிக்கிறேன். வாங்க, போறப்போ சொல்றேன் அதை” என்றான் அசோக்.

மூவரும் ஆஸ்பத்திரி வாசலில் இருந்த இன்ஸ்பெக்டரின் ஜீப்பில் விமான நிலையத்திற்குப் புறப்பட்டார்கள்.

“கடையப்பட்டியில் நான் சேகரிச்ச தகவல்களுக்கும், இப்போது பூபதி சொன்ன செய்திக்கும் ஒரு ஒற்றுமை இருக்கு. வித்யா போன பிறவியில் சங்கரா கடையப்பட்டியில் பிறந்தவள். சங்கர் சாகறப்போ சிலரை பழிவாங்கணும் என்கிற கொலை வெறியோட... அது நிறைவேறாமல் இறந்தான். அதனாலே...” என்று, ஆரம்பித்தான், அசோக். ஜீப் போய்க்கொண்டு இருந்தது.

ஜீப் மிக வேகம் பிடித்துப் பாய்ந்தது.

பம்பாயில் இருந்து வந்து நின்ற விமானத்தில் இருந்து படிக்கட்டுகள் வழியாக இறங்கிய பிரயாணிகள் விமான நிலையத்தை விட்டு வெளியே வருவதற்காக வாசல் பகுதியைப் பார்த்து நடந்து வந்தனர்.

அவர்களில் சுவாமிநாதனும் ஒருவர். சட்டையை பாண்டுக்குள் செலுத்தியிருந்தார். தலையில் ஐம்பது சதவிகிதம் நரைத்திருந்தது. கையில் ஒரு சின்ன சூட்கேஸ் மட்டும் வைத்திருந்தார்.

தூரத்தில் அவர் வருவதைப் பார்த்துக்கொண்டே இருந்த வித்யாவின் எல்லா நரம்புகளும் சூடாயின. கைகள் பரபரத்தன.

“வாடா காமுகா! என் கல்யாணியை என் கண் எதிரிலேயே அனுபவித்த பிசாசே...! உனக்காகவே பிறந்தேன் நான். வா சீக்கிரம் வா.”

சுவாமிநாதன் வெளியே வந்தார்.

தனது வீட்டில் இருந்து கார் வந்திருக்கிறதா? என்று தேடிப் பார்த்தார்.

“சார்” என்றாள் வித்யா. திரும்பினார் “என்னம்மா” என்றார்.

“டாக்டர் அகிலாம்மாவும், நானும் உங்களை கூட்டிக்கிட்டுப் போறதுக்காக வந்தோம். வருகிற வழியில் கார் ரிப்பேர் ஆகிவிட்டது. உங்கள் அடையாளத்தை சொல்லி கார்கிட்டே உங்களை அழைச்சுட்டு வரச்சொன்னாங்க. ரிப்பேர் தெரிஞ்ச யாரோ ஒருத்தர் காரை பார்த்துக்கிட்டு இருக்கிறார். அகிலாம்மா கார்கிட்டே நிக்கிறாங்க. நான் உங்கள் வீட்டில் புதுசா வேலைக்கு சேர்ந்திருக்கேன். நடந்து போற தூரத்திலதான் கார் ரிப்பேராகி நிற்குது. வாங்கய்யா, பெட்டியை என்கிட்டே கொடுங்க” என்று வாங்கிக் கொண்டாள் வித்யா.

அவளோடு நடந்தார் சுவாமிநாதன்.

ஐந்து நிமிடம் நடந்த பிறகு... ஒரு தனிமையான பகுதியில்... விளக்குக் கம்பம் எரியாத ஒரு பகுதியில் அந்த அதிகாலை இருட்டில் அவர்கள் நடக்கையில்... வித்யா சட்டென்று இடுப்பில் இருந்து கத்தியை எடுத்தாள்.

“உன் பேர் என்னம்மா? எப்போது வேலைக்கு சேர்ந்தே?”

மவுனமாய் நடந்தாள்.

“என்ன பதில் சொல்ல மாட்டேன் என்கிறாய்” என்று அவர் திரும்ப... சதக் என்று அவர் மார்பில் குத்தினால், அதிவேகமாய். நிறுத்தாமல் கத்தியை உருவி மறுபடி மறுபடி குத்தினாள், ஆவேசத்தோடு.

“ஆ...” என்ற வாயைப் பிளந்துக்கொண்டு கீழே விழுந்து உடனடியாக உயிரைவிட்ட சுவாமிநாதனின் கிழிபட்ட இதயத்தில் இருந்து இரத்தம் குபுகுபுவென்று வந்து கொண்டிருந்தது. இன்னும்...

அத்தியாயம்... 26

இரத்தம் தோய்ந்த கத்தியைக் கையில் வைத்துக்கொண்டு கீழே இறந்து கிடந்த சுவாமிநாதனை ஒருசில வினாடிகள் பார்த்துக்கொண்டு நின்றிருந்த வித்யா, குனிந்து அவரின் சட்டையில் கத்தியைத் துடைத்துக் கொண்டு மெல்ல அவ்விடத்தை விட்டு நகர்ந்தாள்.

பொழுது விடிவதற்கான நிறங்கள் கிழக்கு வானத்தில் தோன்றிக் கொண்டிருந்தன.

நேராய் நடந்தாள். கண்களில் கலக்கமில்லை. நடையில் தயக்கமில்லை. ஒவ்வோர் அடியிலும் உறுதி இருந்தது.

எதிர்ப்பட்ட ஆட்டோவைக் கையை அசைத்து நிறுத்தினாள்.

நின்றதும் ஏறிக்கொண்டாள்.

"பஸ் ஸ்டாண்ட் போப்பா."

"எந்த பஸ் ஸ்டாண்ட்?"

"திருவள்ளுவர் பஸ் ஸ்டாண்ட்."

அங்கே வந்ததும் இறங்கிக் கொண்டாள். பணம் தந்துவிட்டு உள்ளே நடந்தாள். முற்றிலும் விடிந்திருந்தது. வந்து நின்ற பேருந்திலிருந்து தூக்கக் கலக்கத்துடன் பிரயாணிகள் இறங்கிக் கொண்டிருந்தார்கள்.

வித்யா விசாரணைப் பகுதிக்குள் வந்தாள்.

"கும்பகோணத்துக்கு இப்போ பஸ் இருக்கா?"

சாலையின் ஓரத்தில் கும்பலைப் பார்த்த இன்ஸ்பெக்டர் தயாளன் ஜீப்பை நிறுத்தச் சொன்னார்.

"காலங்கார்த்தாலே - என்ன அவ்வளவு கும்பல்?" என்றாள், அகிலா.

"நீங்கள் இருங்க. நான் பார்த்துட்டு வர்றேன்" என்று தயாளன் இறங்கினார். கூடவே அசோக்கும் இறங்கினான்.

கூட்டத்தை நெருங்கினார்கள். தயாளனின் போலீஸ் உடுப்பை பார்த்ததும் மக்கள் அவசரமாய் விலகி வழிவிட்டார்கள்.

"என்னப்பா கூட்டம்"

"கொலை சார்" என்றான், ஒருவன்.

"என்ன!" என்று கூட்டத்தைப் பிரித்துக்கொண்டு எட்டிப் பார்த்தார், தயாளன்.

வயிற்றில், நெஞ்சில் கத்திக்குத்துக் காயங்களுடன் ஏராளமாய் இரத்தம் வெளியேறி சின்ன குட்டை மாதிரி தேங்கிக் கிடக்க... பிணமாகக் கிடந்த சுவாமிநாதனைப் பார்த்தார்.

அசோக்கும் எட்டிப் பார்த்து முகத்தைச் சுளித்தான்.

தயாளனுக்கு மூளையில் மின்னல் அடித்தது.

அவசரமாக அசோக்கைப் பார்த்து, "டாக்டர் அகிலாவை ஜீப்புலேர்ந்து கூட்டிக்கிட்டு வாங்க சீக்கிரம்..." என்றார்.

"சார், அந்தாளு செத்துட்டார்."

"அது எனக்குத் தெரியும். நீங்கள் கூட்டிட்டு வாங்க."

அசோக் ஜீப்புக்கு விரைந்தான்.

"மேடம், யாரோ ஒருவர் கொலை செய்யப்பட்டு கிடக்காரு. இன்ஸ்பெக்டர் உங்களை கூட்டிகிட்டு வரச் சொல்றார்."

பதைப்புடன் கீழே இறங்கி அசோக்குக்கு முன்னால் நடந்து இன்ஸ்பெக்டரை நெருங்கினாள், அகிலா.

தயாளனின் முகத்தைக்கூட, முதலில் பார்க்காமல் கீழே கிடந்தவரின் முகத்தை பரபரப்பாகப் பார்த்து...

"ஓ... அப்பா..." என்று அலறினாள்.

"ஓ... கடவுளே..." என்றார் இன்ஸ்பெக்டர். "நாம நினைச்ச மாதிரியே ஆயிடுச்சே... எல்லாம் போங்க... போங்க."

"வித்யாவா? வித்யாவா?" என்றான், அசோக்.

அழுகை வெடிக்க தரையில் கிடந்த சுவாமிநாதனின் உடல்மேல் விழப்போன அகிலாவின் குறுக்கே கையை நீட்டித் தடுத்தார் தயாளன்.

"தொடக் கூடாது, டாக்டர். உங்களுக்குத் தெரியாததில்லை. பூபதி சொன்ன மாதிரியே உங்கள் அப்பாவை தந்திரமா இங்கே கூப்பிட்டு வந்து கொலை செஞ்சிட்டு வித்யா தப்பிச்சுட்டா... அவளைப் பிடிக்காமல் விடமாட்டேன். நீங்கள் அழுகையை அடக்கிக்கிட்டு ஜீப்புக்குப் போகலாம். இங்கே நிக்க வேணாம்" என்றான், அசோக்.

இருவரும் ஜீப்புக்கு வந்து ஏறிக்கொண்டார்கள். டிரைவரிடம் அசோக் சொல்ல... அவன் இன்ஸ்பெக்டரை நோக்கிப் போனான். அகிலா தன் மடியில் முகத்தைக் கவிழ்த்துக் கொண்டிருந்தாள்.

அசோக் அமைதியாக எதிர் இருக்கையில் அமர்ந்தான்.

பூபதியிடம் மிரட்டி, அவன் அப்பா எப்போது வருவார் என்று வித்யா எதற்காகக் கேட்டாள்? இப்படிக் கொலை செய்யவா? ஏன்?

வித்யாவின் போன பிறவி நிகழ்ச்சிகள் நினைவுக்கு வந்தன.

சங்கர் மாந்தோப்புக்குப் போனவன் அதன்பிறகு என்ன ஆனான் என்பதே தெரியாது, உலகத்திற்கு. மறுநாள் கற்பழிக்கப்பட்ட அவன் காதலி கல்யாணி ஓடையில் மிதந்தாள். சிவக்கண்ணுவின் சதி என்பது நிச்சயம் அந்தக் கற்பழிப்புக் குற்றத்தை அவன் சங்கரின் கண் எதிரிலேயே நிகழ்த்தியிருக்க வேண்டும். பிறகு சங்கரைக் கொன்றிருக்க வேண்டும். பழி வாங்க வேண்டும் என்கிற வெறியோடு சங்கரின் உயிர் நீங்கி இருக்க வேண்டும்.

அந்த வெறி கராணமாய் வித்யாவாகப் பிறந்து இத்தனை நாட்களுக்குப் பிறகு மெல்ல மெல்ல வெளிப்பட்டு... போன பிறவியின் நினைவுகள் வந்து... அந்த சம்பவங்கள் நினைவுக்கு வந்து...

அதன் காரணமான பழி வாங்கல்தான் இந்தக் கொலையோ?

அகிலாவின் அப்பாவைக் கொலை செய்தது வித்யாதான் என்றால், அதற்குக் காரணம் நிச்சயமாய் போன பிறவிச் சம்பவத்தின் பழிவாங்கல்தான்.

ஆனால்,

சிவக்கண்ணுதானே அத்தனைக் கொடுமைகளையும் செய்தது. அகிலாவின் அப்பாவுக்கு அதிலே என்ன தொடர்பு எதற்காக இவரைக் கொல்ல வேண்டும்?

இவரைக் கொன்றது வித்யா இல்லை என்றால், பின் எதற்காக பூபதியை மிரட்டி எப்போது பம்பாயில் இருந்து வருவார் என்பதைத் தெரிந்துக் கொள்ள வேண்டும்?

அசோக்கிற்கு மிகமிகக் குழப்பமாய் இருந்தது.

அதே கண்களோடு நிமிர்ந்த அகிலாவைக் கேட்டான்.

“ஏங்க, உங்க அப்பா கடையப்பட்டிக்கு எப்பவாவது போயிருக்காரா?”

“ஏன் கேட்கிறீங்க”

“சொல்லுங்க, சொல்றேன்.”

“போயிருக்கார். நான் சின்ன பிள்ளையா இருந்தப்போ அடிக்கடி போவார். அங்கே அவருக்கு சிவக்கண்ணுன்னு ஒரு நண்பர் இருக்கார்...”

அசோக்கின் மண்டையில் விர்ரென்று, இரத்தம் பாய்ந்தது. அவனுக்கு இப்போது எல்லாமே விளங்கியது. வெகுதெளிவாக, அதாவது போன பிறவி சங்கருக்கு முன்னிலையில் கல்யாணியை

மானபங்கப் படுத்தியதில் அவனுக்குப் பழிவெறியைத் தூண்டியதில் அகிலாவின் அப்பாவும் தொடர்பு கொண்டு இருக்கிறார்.

அதனால்தான்... அதனால்தான்.

கொலை மூலமாகப் பழியைத் தீர்த்திருக்கிறாள் வித்யா. துண்டு துண்டாக அவளுக்குத் தெரிந்த தன் போன பிறவி நினைவுகள்... பிறகு... முழுக்க... முழு சம்பவங்களுமே தெரிந்திருக்க வேண்டும். தான் போன பிறவியில் சங்கர் என்பதை அவள் உணர்ந்திருக்க வேண்டும். அதனால்தான் ஒரு வலிவுமிக்க ஆணின் வலுவோடு பூபதியையும், மதுவையும் கோரமாகத் தாக்கிவிட்டுத் தப்பித்திருக்கிறாள். அதே வெறியோடு இரவெல்லாம் எங்கோ காத்திருந்து வந்து இவரைக் கொன்றுவிட்டு...

கொன்றுவிட்டு...?

இப்போது எங்கே? எங்கே போயிருப்பாள்?

அசோக்கிற்கு தெளிவாகப் புரிந்தது. அவளின் அடுத்த குறி

அந்த சிவக்கண்ணுதான்.

அவனைப் பழிதீர்க்கப் புறப்பட்டு இருப்பாள்.

இப்போது நான் என்ன செய்வது? இன்ஸ்பெக்டரிடம் எல்லா விவரங்களையும் சொல்லி... கடையப்பட்டியில் இருக்கும் சிவக்கண்ணுவை சாவிலிருந்து காப்பாற்ற வேண்டுமா?

ஏற்கனவே வித்யா இரண்டு கொலைகளைச் செய்துவிட்டாள். முதலில் மது. பிறகு, இதோ, அகிலாவின் அப்பா.

நிச்சயமாய் வித்யாவை போலீஸ் பிடித்ததும் கடுமையான தண்டனையை வழங்குவார்கள். என் வித்யாவைத் தூக்கில் போடுவார்கள்.

இல்லை. அதை என்னால் தாங்க முடியாது. வித்யா குற்றவாளி இல்லை. அவள் செய்த குற்றங்கள் அவளாகச் செய்தவை அல்ல போன பிறவி சங்கர் செய்த குற்றங்கள் இவை. அந்த நிராசைகள் துரத்தி முடுக்கிவிட்டு நடத்திய குற்றங்கள், இவை. இவற்றிக்கு

என் வித்யா பொறுப்பாக மாட்டாள். ஆனால் இதைச் சொன்னால் சட்டம் நம்பாது. அது குருடு. என் வித்யாவைத் தண்டித்து விடும்.

கடையைப்பட்டியில் நான் விசாரித்து அறிந்த விவரங்களை நான் போலீசுக்குச் சொல்லப் போவதில்லை.

என் வித்யாவைக் காப்பாற்றப் போகிறேன்.

"இருங்கள் மேடம். இதோ வர்றேன்" என்று ஜீப்பிலிருந்து இறங்கி வேகமாக நடந்தான், அசோக்.

அந்த சாலையில் வெட்டின மற்றொரு குறுக்குச் சாலையில் நுழைந்து, அங்கு கடந்த காலி டாக்சியை நிறுத்திக் ஏறிக்கொண்டான்.

"எங்கே போகணும் சார்" என்று டிரைவர் கேட்டபோது ஒரு சில வினாடிகள் தடுமாறி பிறகு. "கும்பகோணம் போகணும், உடனடியா. முதல்ல திருவள்ளுவர் பஸ் ஸ்டாண்டு போப்பா. அங்கே பஸ் இல்லைன்னா ஸ்டேஷன்ல ரெயில் இருக்கான்னு விசாரிக்கலாம்" என்றான்.

டாக்சி விரைந்தது.

அத்தியாயம் 27

அசோக் டாக்சியில் பஸ் நிலையத்தை நோக்கிப் புறப்பட்ட அதே நேரத்தில், மேற்கில் சிகப்பாக சூரியன் வெட்கப்பட்டுக் கொண்டிருந்தான்.

சிவக்கண்ணு சிலுக்கு ஜிப்பா போட்டுக் கொண்டார். கண்ணாடியில் தன் நரைத்த மீசையைப் பார்த்துக் கொண்டார். சவ்வாது தடவிக் கொண்டார் சட்டையில்

“அய்யா...” என்றான் வேலைக்காரன்.

“உங்களைப் பார்க்க யாரோ ஒரு பட்டணத்துப் பொண்ணு வந்திருக்குங்க. அறையில் உக்கார வைத்திருக்கேன்...”

“பட்டணத்துப் பொண்ணா வர்றேன், இருக்கச் சொல்லு”

சிவக்கண்ணு சரிகை போட்டுக்கொண்டு அறையைவிட்டு வெளிப்பட்டு மாடிப்படிகளில் இறங்கினார்.

அறையில் உட்கார்ந்து இருந்தாள் வித்யா.

அவளைப் புரியாமல் பார்த்து அருகில் வந்து, “என்னம்மா வேணும்?” என்றார்.

வித்யா அவரைப் பார்த்தாள். பிறகு தலையைக் குனிந்துக் கொண்டாள்.

“நான் சென்னையில் இருந்து வர்றேன். உங்கள் நண்பர் சுவாமிநாதன் என்னை அனுப்பினார். ஒரு முக்கிய சேதி உங்கள்கிட்டே சொல்லச் சொன்னார்.”

“என்ன அது.”

“ரொம்ப இரகசியமான சேதி. இங்கே வேணாம். வேற எதாச்சும் தனியான இடத்துக்கு என்னை அழைச்சுட்டு போங்க, சொல்றேன்.”

“பக்கத்திலேதான் என் மாந்தோப்பு இருக்கு. வா, அங்கே வந்து சொல்லு. என் பின்னாடியே நட...” என்று சிவக்கண்ணு முன்னால் நடக்க வித்யா தொடர்ந்தாள்.

பதினைந்து நிமிடத்தில் அவர்கள் மாந்தோப்பை அடைந்தார்கள்.

மாலை வெளிச்சம் கரைந்து அடர்த்தியான இருள் அந்தத் தோப்பை ஊடுருவிக் கொண்டிருந்தது.

“என்ன இப்போ சொல்லு” என்று ஒரு சுருட்டை பற்ற வைத்துக்கொண்டார் சிவக்கண்ணு.

“உங்களுக்குக் கல்யாணியை ஞாபகமிருக்கா?” என்றாள் வித்யா.

“எந்த கல்யாணி?”

“இருபது வருடத்துக்கு முன்னாடி இதே தோப்புல இதே இடத்திலே என் கண் முன்னாடியே நீயும், அந்த சுவாமிநாதனும் கற்பழிச்சிக் கொன்றீர்களே அந்தக் கல்யாணிடா!”

வித்யாவின் குரலில் இருந்த வெறித்தன்மை சிவக் கண்ணுவை உலுக்கியது. உடனே ஒரு பதட்டம் ஒட்டிக் கொண்டது.

“என்ன சொல்றே? யார் நீ?”

“என்னைத் தெரியலை? என்னைத் தெரியலை? சங்கர்டா! என் கல்யாணியைக் கொன்னு ஓடையிலே வீசிட்டு என்னைக் கதறக் கதற கழுத்தை நெறிச்சுக் கொன்னு இதே தோப்புக்குள்ளே மண்ணுக்கடியிலை புதைச்சிங்களேடா... அதே சங்கர்! உடலுக்குத்தாண்டா சாவு ஆத்மாவுக்கு இல்லை. நீ செய்ற பாவமும், புண்ணியமும் ஒரே ஜென்மத்திலே உன்னைவிட்டு விலகிடாது. எத்தனை பிறவி எடுத்தாலும் அத்தனையிலயும் அது தொடரும்” என்ற வித்யா தன் இடுப்பில செருகி வைத்திருந்த கத்தியைச் சட்டென்று எடுத்தாள்.

"ஏய்... விளையாடாதே... போய்விடு..." என்று பதறினார் சிவக்கண்ணு.

"எங்கள் இரண்டு பேர் வாழ்க்கையிலேயும் நீ விளையாடினோயேடா பாவி! அப்பாவி வாத்தியாரைக் கொன்னியேடா! இன்னும் எத்தனை கொலைகள் நீ செஞ்சிருப்பே... எங்கள் உயிரான காதலுக்கு உலை வச்சியேடா... இன்னும் நீ உலகத்தில் உலவலாமா? அதுக்கு முடிவு எடுக்கத்தாண்டா நான் பிறந்து வந்தேன். நான் பொம்பளை இல்லைடா! ஆம்பளை என்பேரு சங்கர்... இதே இடத்திலே என் கல்யாணி எப்படிப் துடித்தாள்?"

வித்யா ஆவேசமாய் பாய்ந்தாள் சிவக்கண்ணுவின் மேல். அவர் நிலை தடுமாறி கீழே விழுந்து, மறுபடி எழ முயற்சிக்கும் முன்னால் அவர் நெஞ்சில் அழுத்தமாய் இறங்கியது அவளின் ஆவேசக் கத்தி...

பளிச்சென்று வித்யாவின் முகத்தில் பாய்ந்து வழிந்தது, பீறிட்ட இரத்தம். மீண்டும் மீண்டும் குத்தினாள். சில வினாடிகளில் சிவக்கண்ணு செத்துப் போனார்.

மரணப் போராட்டத்தில் அவர் எழுப்பிய ஓலங்களைக் கேட்டு... கையில் டார்ச்லைட், அரிகேன் விளக்குகளுடன் ஏராளனமான பேர் தூரத்தில் வந்து கொண்டிருக்க,

சிவக்கண்ணுவின் இரத்தத்தால் அபிஷேகம் செய்யப்பட்டவளாய் கையில் இரத்தம் சொட்டும் கத்தியுடன் அப்படியே நின்று கொண்டிருந்தாள் வித்யா.

அந்தக் கும்பல் வேகமாக நெருங்கிவர... அசையாமல் பத்திரகாளி போல் அப்படியே நின்று கொண்டிருந்தாள்.

ஒரு மாலையைப் போட்டு உடுக்கை சத்த பின்னணியில் பார்த்தால், சத்தியமாய் பத்திரகாளிதான். கண்களில் அந்த நெருப்புச் சுடர் இன்னும் இருந்தது மேலெல்லாம் சிவக்கண்ணுவின் இரத்தம் வழிந்து கொண்டிருந்தது.

எல்லோரும் நெருங்கி விட்டார்கள். தரையில் சிவக்கண்ணுவையும், அருகில் அசையாமல் நின்ற அவள் தோற்றத்தையும் கண்டு அனைவரும் மலைத்து நின்றார்கள்.

“பிசாசு” என்றான் ஒருத்தன்.

“இல்லை பொண்ணுதான்... பிடிங்கடா அவளை. நம்ம அய்யாவைக் கொன்னுட்டா.”

இரண்டு பேர் அவளை நோக்கி அடியெடுத்து வைக்க அவர்களை நோக்கி உக்கிரத்துடன் திரும்பினாள் வித்யா.

அவள் பார்த்த பார்வை அவர்களைத் தாக்கியது. மேலே ஒரு அடிக்கூட எடுத்து வைக்காமல் அப்படியே நின்றார்கள்.

ஒருத்தன் கீழே கிடந்த சிவக்கண்ணுவின் மூக்கில் கையை வைத்துப் பார்த்து, “செத்துட்டாரு” என்றான்.

“யாரு நீ அய்யாவை எதுக்காக கொன்னே?” என்றான் ஒருவன்.

“இரத்தக் காட்டேரிடா! பார்த்தால் தெரியலை? மனிதப் பிறவின்னா நம்மை பார்த்துட்டு ஓடிவிடமாட்டாளா? காவு வாங்கிருக்கா காட்டேரி. அம்மா சொல்லு... எதுக்கு இந்த பலி” என்றான் இன்னொருவன்.

“டேய்! சும்மா இருடா. காட்டேரியும் இல்லை, கருமாரியும் இல்லை.”

வித்யா மவுனமாக அந்த அகலமான மரத்தை நெருங்கினாள். அதன் அடியில் அமர்ந்தாள். மரத்தில் இருந்த பொந்தைப் பார்த்தாள். ஆவேசமாய் அந்தப் பொந்தை கத்தியால் குத்தினாள். மரம் பட்டை பட்டையாய் அங்கே பெயர்ந்தது. மேலும் மேலும் குத்தினாள்.

“பைத்தியம்டா!” என்றான் ஒருவன்.

யாருமே கிட்டே நெருங்க தைரியம் இல்லாமல் தூர நின்றே தங்களுக்குள் பேசிக் கொண்டார்கள். பிடிப்பதற்காக நெருங்கினால் கையில் வைத்திருக்கும் கத்தியால் குத்தி விடுவாள் என்கிற பயம்!

மீண்டும் மீண்டும் அந்த மரப்பொந்துக்கு அருகே கத்தியால் குத்தினாள் வித்யா. சற்றைக்கெல்லாம் பொந்து இருந்த இடம்

நன்றாகப் பிளக்க... மரத்திற்குள் இருந்த ஒரு ரூபாய் நாணயங்கள் கலகலவெனக் கீழே கொட்டின.

அதைக் கண்ட மக்கள் புருவங்களை உயர்த்தினர்.

“என்னடா இது மரத்திலேர்ந்து காசு கொட்டுது... டேய், நிச்சயமா இது மோகினிப் பிசாசுதான். இங்கே நின்னா நம்ம அத்தனை பேரையும் கொன்னு இரத்தத்தைக் குடிச்சுடும். ஓடுங்க...” என்று ஒருத்தன் சொல்ல... அத்தனை பேரும் அந்த இடத்தைவிட்டு ஓடத் தொடங்கினார்கள்.

வித்யா அந்தக் காசுகளைக் கையில் அள்ளிப் பார்த்து “கல்யாணி!” என்று கத்தினாள். அவளின் இரு கண்களில் இருந்தும் கண்ணீர் பெருக... “கல்யாணி... கல்யாணி...” என்று புலம்பிக்கொண்டே அழ ஆரம்பித்தாள்.

கடையப்பட்டி கிராமத்துக்குள் நுழைந்த உடனேயே திடுதிடுவென்று பத்துப் பேர் ஓடி வருவதைக் கண்டான் அசோக்.

ஒருவனை நிறுத்தி, “என்னப்பா விஷயம்” என்றான்.

“இரத்தக் காட்டேரி மாந்தோப்புல சிவக்கண்ணு அய்யாவைக் கொன்னுடுச்சி. மாந்தோப்புக்குள்ளே உக்காந்திருக்கு. மரத்தை கத்தியால குத்துது. மரத்துக்குள்ளேர்ந்து ஒரு ரூபாய் காசா கொட்டுது. நாங்க ஓடி வந்துட்டோம். போலீஸ் ஸ்டேஷனுக்கு ஓடறோம்” என்றான்.

“சிவக்கண்ணு செத்துட்டாரா?”

“பல நேரமாச்சு. இரத்தம்னா இரத்தம் அவ்வளவு இரத்தம். பிசாசு அங்கேயே உக்காந்திருக்கு.”

அசோக்கிற்கு எல்லாம் விளங்கியது.

“பிசாசு இல்லைப்பா அது. பெண்ணுதான். பேரு வித்யா”

“உளராதீங்க...”

“மாந்தோப்புலதானே”

"போகப் போறீங்களா? வேணாம். கொன்னுடும்." என்று ஓடினான் அவன்.

அசோக் விரைவாக மாந்தோப்புக்கு உள்ளே வந்தான். பாதி நிலவின் வெளிச்சத்தில் அவனால் துல்லியமாய்க் காணமுடிந்தது. தரையில் சிவக்கண்ணுவின் உடல். சற்றுத் தள்ளி ஒரு புல் முளைத்த தரையில் வித்யா கத்தியால் தரையைத் தோண்டி... தோண்டி மணலை அள்ளிப் போட்டுக் கொண்டு இருந்தாள்.

கிட்டே நெருங்கி கவனித்தான்.

இரண்டடி ஆழம் தோண்டியபின் ஒரு மண்டை ஓடு தென்பட... அதைக் கையில் எடுத்து வைத்து, பிறகு மார்போடு அணைத்துக் கொண்டு அழுதாள் வித்யா.

அசோக்கிற்கு சற்று நடுக்கம் ஏற்பட்டது. சமாளித்து "வித்யா" என்றான்.

அவள் திரும்பியே பார்க்கவில்லை.

மண்டையோட்டைப் போட்டுவிட்டு மறுபடி மரப்பொந்து இருந்த மரத்தடிக்குப் போய் அங்கே வைத்திருந்த கத்தியை எடுத்தாள்.

"வித்யா..." என்றான் மறுபடி.

அவள் காதில் விழுந்ததாகவே தெரியவில்லை.

"கல்யாணி! நம்ம பந்தம் எல்லாப் பிறவியிலேயும் தொடரும். இதோ வர்றேன், கதவைத் திறந்து வை..." என்று சொன்ன வித்யா கத்தியை ஓங்கி...

"வித்யா! வேணாம்... வேணாம்..." என்று அலறிக் கொண்டு அசோக் பாய்வதற்கு முன்...

தன் நெஞ்சில் செருகிக் கொண்டு... இரத்தம் வெளியேற... சரிந்து விழுந்தாள். அவள் அணுகி அவள் தலையைத் தன் மடிமீது வைத்துக்கொண்டு "வித்யா..." என்றான், அசோக்.

ஒருமுறை கண் திறந்து பார்த்த வித்யா, “என் பேரு சங்கர்” என்றாள். உடனே தலை சாய்ந்தது.

“வித்யா” என்று அலறினான் அசோக்.

ஒரு போலீஸ் சப்-இன்ஸ்பெக்டரும், கிராமத்து மக்களும் துரத்தில் வந்து கொண்டிருப்பது தெரிந்தது.

அசோக் குமுறிக் குமுறி அழ ஆரம்பித்தான். இறந்து கிடந்த வித்யாவின் மூடின கைக்குள் இருந்து இரண்டு ஒரு ரூபாய்க் காசுகள் எட்டிப் பார்த்துக் கொண்டிருந்தன... உதடுகளில் ஒரு திருப்திப் புன்னகை தேங்கியிருந்தது.

முடிந்தது

www.ingramcontent.com/pod-product-compliance
Lightning Source LLC
LaVergne TN
LVHW100247051026
849517LV00006B/2020